AF389462

NHỮNG KẺ KHỐN-NẠN

Xã-hội tiểu-thuyết của ông Victor HUGO

NGUYỄN VĂN-VĨNH dịch

LES MISÉRABLES

de Victor HUGO

PREMIÈRE PARTIE — LIVRE 3ème et 4ème

ĐOẠN THỨ NHẤT
QUYỂN THỨ BA VÀ THỨ TƯ

1926

EDITIONS TRUNG-BAC TAN-VAN

61-63, rue du Coton, Hanoï

NHỮNG KẺ KHỐN-NẠN

Xã-hội tiểu-thuyết của ông Victor Hugo

Nguyễn Văn-Vĩnh dịch

LES MISÉRABLES

de Victor HUGO

PREMIÈRE PARTIE — LIVRES 3ᵐᵉ ET 4ᵐᵉ

ĐOẠN THỨ NHỨT
QUYỂN THỨ BA VÀ THỨ TƯ

1926

EDITIONS TRUNG - BAC TAN - VAN
61-63, rue du Coton, Hanoï

PREMIÈRE PARTIE

FANTINE

LIVRE TROISIÈME

En l'année 1817

ĐOẠN THỨ NHỨT

FANTINE

QUYỂN THỨ HAI

Trong năm 1817

LIVRE TROISIÈME

En l'année 1817

I

L'année 1817

1817 est l'année que Louis XVIII, avec un certain aplomb royal qui ne manquait pas de fierté, qualifiait la vingt-deuxième de son règne. C'est l'année où M. Bruguière de Sorsum était célèbre. Toutes les boutiques des perruquiers, espérant la poudre et le retour de l'oiseau royal, étaient badigeonnées d'azur et fleurdelysées. C'était le temps candide où le comte Lynch siégeait tous les dimanches comme marguillier au banc d'œuvre de Saint-Germain-des-Prés en habit de pair de France, avec son cordon rouge et son long nez, et cette majesté de profil particulière à un homme qui a fait une action d'éclat. L'action d'éclat commise par M. Lynch était ceci : avoir, étant maire de Bordeaux, le 12 mars 1814, donné la ville un peu trop tôt à M. le duc d'Angoulême. De là sa pairie. En 1817, la mode engloutissait les petits garçons de quatre à six ans sous de vastes casquettes en cuir maroquiné à oreillons assez ressemblantes

QUYỂN THỨ BA

———

I

Năm 1817

Năm 1817 là cái năm mà vua *Louis thứ XVIII* gọi là năm thứ hai-mươi-hai kim thế trị vì. Giữa năm ấy ông *Bruguière de Sorsum* đương nổi tiếng lẫy-lừng. Bao nhiêu cửa hàng phó xén, đương mong lại có cái phong-trào đánh phấn đeo tóc giả, cho nên trước cửa đều quét vôi thiên-thanh, vẽ hoa bách-hợp. (Tiêu hiệu nhà vua). Năm ấy là một thời buổi thật-thà, ông *Lynch* bá-tước cứ chủ nhựt ra giữ chức-sự ông trùm, ngồi ghế quan-viên ở nhà thờ *Saint-Germain-des-Près*, bận đủ phẩm phục quốc-lão, có dày chàng-mạng cỏ, cái mũi ông dài, cái bộ mặt ông uy-nghi rõ ra người tay đã làm nên thủ-đoạn lớn. Thủ-đoạn lớn của ông là thủ-đoạn này: Ngày 12 tháng ba năm 1814, khi ấy ông đương làm thị-trưởng thành *Bordeaux*, ông đã đem thành đàng *Angoulême* quận-công hơi sớm quá. Bởi việc ấy mà ông được vào bậc quốc-lão. Năm 1817 có cái *mốt* lịch-sự, phàm con-nít từ bốn tuổi đến sáu tuổi, đội mũ *cát-két* thật rộng bằng da băm như da cóc, mà lại có hai bên tai lòng-thòng xuống, nhác nom như là mũ của những người *esquimaux* ở các vùng hàn-đái. Quân lính nước Pháp thì bận áo trắng cũng như quân lính bên nước *Áo*;

à des mitres d'esquimaux. L'armée française était vêtue de blanc, à l'autrichienne : les régiments s'appelaient légions ; au lieu de chiffres ils portaient les noms des départements. Napoléon était à Sainte-Hélène, et, comme l'Angleterre lui refusait du drap vert, il faisait retourner ses vieux habits. En 1817, Pellegrini chantait, Mademoiselle Bigottini dansait : Potier régnait ; Odry n'existait pas encore. Madame Saqui succédait à Forioso. Il y avait encore des prussiens en France. M. Delalot était un personnage. La légitimité venait de s'affirmer en coupant le poing, puis la tête, à Pleignier, à Carbonneau et à Tolleron. Le prince de Talleyrand, grand chambellan, et l'abbé Louis, ministre désigné des finances, se regardaient en riant du rire de deux augures ; tous deux avaient célébré, le 14 Juillet 1790, la messe de la Fédération au Champ de Mars ; Talleyrand l'avait dite comme évêque, Louis l'avait servie comme diacre. En 1817, dans les contre-allées de ce même Champ de Mars, on apercevait de gros cylindres de bois, gisant sous la pluie, pourrissant dans l'herbe, peints en bleu avec des traces d'aigles et d'abeilles dédorées. C'étaient les colonnes qui, deux ans auparavant, avaient soutenu l'estrade de l'empereur au Champ de Mai. Elles étaient noircies çà et là de la brûlure du bivouac des autrichiens baraqués près du Gros-Caillou. Deux ou trois de

Một cơ năm ấy gọi là một *légion* ; các đại-đội thì đóng ở địa hạt nào gọi là đại-đội địa-hạt ấy, chứ không đánh số đại-đội thứ mấy. Nã-phá-luân hoàng-đế thì khi ấy đương phải đày ở đảo *Sainte Hélène*, nhân vì Chính-phủ nước Anh không chịu cấp dạ quan-lục cho ngài ngự-dụng, ngài bèn sai thợ may khâu lật trái những quần áo cũ lại, để ngài dùng. Năm 1817, tên kép *Pellegrini* đương hát ; à *Bigottini* thì đương múa ; nhà soạn kịch *Potier* thì đương quyền thế ở trên các sàn khấu ; *Odry* năm ấy chưa ai biết đến tên ; bà đầm *Saqui* thì vừa thay chân cho *Forioso*. Trong đất Pháp bấy giờ hãy còn có người Phổ-lồ sĩ ; ông *Delalot* bấy giờ là một bậc trước-danh. Vương-chính thì xướng xuất nghĩa nhứt-thống, trước còn chặt tay sau chặt đầu ông *Pleignier*, ông *Carbonneau* và ông *Tolleron*. Quan thái-giám *Talleyrand*-vương, và ông thầy-dòng *Louis* đã được cử làm hộ-bộ thượng-thư, năm ấy hai ông đương cười mà nhìn nhau bằng cái miệng cười tri-kỷ của nhà bốc-toán. Hai ông ấy nguyên ngày 14 Juillet 1790 cùng làm lễ theo quân đồng-minh thời cách-mệnh tại trường tập quân *Champ de Mars*. Ông *Talleyrand* thì thời ấy làm giám-mục đứng chủ lễ, còn ông thầy-dòng *Louis* thì làm thầy-già-sáu đứng hầu lễ. Năm 1817 trong những lối đi trường tập trận đó hãy còn xếp ngổn ngang những cây gỗ lớn, bỏ giầm mưa thối trên bãi cỏ, gỗ ấy hãy còn vết sơn xanh, có vẽ chim ưng và thếp những ong bằng vàng. Đấy là những cột, hai năm về trước, còn để chống nhà rạp của Hoàng-đế ngự trường tập trận. Khi ấy còn gọi là *Champ de Mai*. Những cột ấy có chỗ hãy còn vết cháy, là bởi quân nước Áo sang đóng

ces colonnes avaient disparu dans les feux de ces
bivouacs et avaient chauffé les larges mains des
kaiserlicks. Le Champ de Mai avait eu cela de
remarquable qu'il avait été tenu au mois de juin et
au Champ de Mars. En cette année 1817, deux choses
étaient populaires : le Voltaire-Touquet et la taba-
tière à la Charte. L'émotion parisienne la plus
récente était le crime de Dautun qui auait jeté la tête
de son frère dans le bassin du Marché-aux-Fleurs.
On commençait à faire au ministère de la marine
une enquête sur cette fatale frégate de la Méduse
qui devait couvrir de honte Chaumareix et de gloire
Géricault. Le colonel Selves allait en Egypte pour
y devenir Soliman pacha. Le palais des Thermes,
rue de la Harpe, servait de boutique à un tonnelier.
On voyait encore sur la plate forme de la tour octo-
gone de l'hôtel de Cluny la petite logette en plan-
ches qui avait servi d'observatoire à Messier, astro-
nome de la marine sous Louis XVI. La duchesse de
Duras lisait à trois ou quatre amis, dans son boudoir
meublé d X en satin bleu ciel, *Onrika* inédite. On
grattait les N au Louvre. Le pont d'Austerlitz abdi-
quait et s'intitulait pont du jardin du Roi, double
énigme qui déguisait à la fois le pont d'Austerlitz
et le jardin des Pl ntes. Louis XVIII, préoccupé,
tout en annotant du coin de l'ongle Horace, des

trại ở quanh nơi *Gros-Caillou* (Hòn đá lớn). Hai ba cái cột đã bị họ đem bổ làm củi để sưởi những bàn tay to của bọn lính ngự-lâm nước Áo. Trong năm 1817 đó, có hai thứ đồ quốc-dân thông dụng, một là cái *Voltaire Touquet* (dịch-giả chưa tìm được nó là cái gì) với cái túi đựng thuốc-lá kiểu Quốc-gia Công-ước Cái việc làm cho dân kinh-thành *Paris* xúc động nhiều nhứt thuở ấy, là việc án-mạng của tên *Dautun* nó đã chém đầu em nó mà ném vào trong bể nước ngoài chợ hàng hoa. Tại bộ Thủy thì vừa khởi sự tra xét cái việc tàu trận *Méduse* bị đắm, nhân vì việc ấy mà ông *Chaumareix* phải đeo mo vào mặt, ông *Géricault* thì danh-giá lẫy-lừng. Quan đại-tá *Selves* thì sang nước Ai-cập sau thành ra ông *Soliman pacha*. Dinh *des Thermes* ở đường *de la Harpe* năm ấy thì đương làm cửa hàng cho một nhà đóng thùng rượu. Ở trên thượng từng cái lầu bát-giác dinh *Cluny* thì bấy giờ hãy còn nom thấy cái chòi bằng ván, xưa dùng làm thiên-văn đài cho ông *Messier*, là thủy-quân khâm thiên giám về đời vua *Louis XVI*. Bà *Duras* quận-công phu-nhân năm ấy đã đem tập khởi thảo sách *Ourika* mà đọc cho ba bốn người bạn nghe ở trong phòng tiếp khách thân của bà, bày toàn đồ dáng chữ X lót gấm thiên-thanh. Tại hoàng-cung *Louvre* thì thợ đương xóa những chữ N. là chữ đầu hoàng-hiệu của Nã-phá-luân đại-đế khi trước. Cầu *Austerlitz* thì đương đổi tên, năm ấy gọi là cầu Ngự-uyển, trong tên mới ấy gói cả hai ý *Austerlitz* và ý gần Thảo-mộc công-viên. Vua *Louis XVIII* năm ấy đương đọc sách Horace, lấy đầu móng tay mà chấm hết cả những chỗ nào có chuyện người hào-kiệt dựng nên đế-nghiệp, và những kẻ con

héros qui se font empereurs et des sabotiers qui se
font dauphins, avait deux soucis : Napoléon et Ma-
thurin Bruneau. L'académie française donnait pour
sujet de prix : *Le bonheur que procure l'étude.* M.
Bellart était offic.ellement éloquent.On voyait germer
à son ombre ce futur avocat général de Broë promis
aux sarcasmes de Paul Louis Courier. Il y avait un
faux Chateaubriand appelé Marchangy, en attendant
qu'il y eût un faux Marchangy appelé d'Arlincourt.
Claire d .Albe et *Malek-Adel* étaient des chefs-d'œuvre ;
madame Cottin était déclarée le premier écr.vain de
l'époque. L'institut laissait rayer de sa liste l'acadé-
mic en Napoléon Bonaparte. Une ordonnance royale
érigeait Angoulême en école de marine, car, le
duc d'Angoulême étant grand amiral, il était évident
que la ville d'Angoulême avait de droit toutes les
qualités d'un port de mer, sans quoi le principe
monarch que eût été entamé. On agitait en conseil
des ministres la question de savoir si l'on devait
tolérer les vignettes représentant des voltiges qui
assaisonnaient les affiches de Franconi et qui attrou-
paient les pol ssons des rues. M Paër, auteur de
l'Agnese, bonhomme à la face carrée qui avait
une verrue sur la joue, dirigeait les petits concerts
int mes da la marquise de Sassenaye rue de la Ville-
l'Évêque. Toutes les jeunes filles chantaient *l'Ermite*

nhà đóng giày mà hóa ông hoàng thái-tử. Bệ-hạ năm ấy
có hai điều lo, một là lo Nã-phá-luân hoàng-đế lại về
khôi-phục, hai là lo ông *Mathurin Bruneau* tự xưng là
thái-tử của vua Louis XVI mà có người nghe. Hàn-làm
viện nước Đại-pháp bấy giờ ra đầu bài thi để ban
thưởng: *Cái khoái-lạc của sự học.* Ông *Bel'art* thời ấy
công-nhận là một bậc hùng-biện. Dưới bóng ông năm
ấy mới đâm mầm ra ông *de Broe* sau làm đến chức tư
pháp tổng-trưởng rồi bị ông *Paul-Louis Courier* hạch
bác rất kịch-liệt. Năm ấy có một ông *Chateaubriand* giả,
chính tên là *Marchangy*, lại sắp có một ông *Marchangy*
giả, chính tên là *d'Arlincourt.* Hai bộ sách *Claire d'Albe*
và *Malek-Adel* thời ấy cho là văn-chương tuyệt bút. Bà
Cottin bấy giờ ai nấy công nhận là trước thư đệ nhứt
danh trong nước. Hàn-làm-viện năm ấy đề cho chính-
phủ xóa tên ông *Napoléon Bonaparte* trong sổ các viên
Hàn-làm. Có thượng-dụ đặt đinh quận-chúa *Angoulême*
làm thủy-quân Vũ bị học-đường, bởi vì *Angoulème* quận-
công thời ấy dương làm thủy-quân đò-thống. Thành
Angoulême tuy là ở giữa địa-châu không gần biển nhưng
vì lời thượng-dụ đó thành ra một hai-cang, nếu không
thì vương-chính không giữ được trọn mối-diềng. Tòa
Nội-các năm ấy dương hội-nghị để xét xem có nên để
cho phường xiếc *Franconi* được tự-tiện in những trò
nhảy ngựa trên những tờ chiêu-yết dán ngoài đường
để con-nít xúm dòng lại mà coi không. Ông *Paër* soạn
ra bài nhạc *Agnese*, mặt thì vuông, mà lại có hạt cơm,
thời ấy dương đứng quản-đốc những cuộc hòa nhạc
riêng của bà *Sassenaye* hầu-tước ở đường *Ville-l'Evêque.*
Bao nhiêu con gái thời ấy cùng hát bài *l'Ermite de Saint-*

de Saint-Avelle, paroles d'Edmond **Géraud**. *Le Nain jaune* se transformait en *Miroir*. Le café Lemblin tenait pour l'empereur contre le café Valois qui tenait pour les Bourbons. On venait de marier à une princesse de Sicile **M.** le duc de Berry, déjà regardé du fond de l'ombre par Louvel. Il y avait un an que madame de Staël était morte. Les gardes du corps sifflaient mademoiselle Mars. Les grands journaux étaient tout petits. Le format était restreint mais la liberté était grande. Le Constitutionnel était constitutionnel. *La Minerve* appelait Chêteaubriand *Chateaubriant*. Ce *t* faisait beaucoup rire les bourgeois aux dépens du grand écrivain. Dans des journeax vendus, des journalistes prostitués insultaient les proscrits de 1815 ; David n'avait plus de talent, Arnault n'avait plus d'esprit, Carnot n'avait plus de probité ; Soult n'avait gagné aucune bataille ; il est vrai que Napoléon n'avait plus de génie. Personne n'ignore qu'il est assez rare que les lettres adressées par la poste à un exilé lui parviennent, les polices se faisant un religieux devoir de les intercepter. Le fait n'est point nouveau ; Descartes banni s'en plaignait. Or, David ayant, dans un journal belge, montré quelque humeur de ne pas recevoir les lettres qu'on lui écrivait, ceci paraissait plaisant aux feuilles royalistes qui bafouaient à cette occasion le proscrit. Dire : *les régicides*, ou dire : *les*

Avelle, lời văn của ông *Edmond Géraud.* Báo *Nain Jaune* (Thằng lùn vàng) thời ấy vừa đổi tên ra là *Miroir* (Cái gương). Hàng rượu *Lemblin* thời ấy thì bênh đế-chính, phản đối với hàng rượu *Valois,* bênh nhà *Bourbons.* Ông *de Berry* quận-công năm ấy vừa kết-hôn với một vị công-chúa bên nước *Sicile.* Bà *de Staël* thời ấy đã chết được một năm rồi. Những lính hộ-thần của kim-hoàng thì đương huýt còi nhạo báng ả *Mars* là bậc danh-đào thủa ấy. Các báo lớn thời ấy in bằng giấy rất nhỏ· Tuy khổ giấy hẹp mà quyền ngôn-luận rất rộng. Báo *Constitutionnel* (nghĩa đen là bênh Quốc-gia công-ước) thời ấy thật là một cơ-quan của Quốc-gia công-ước. Báo *Minerve* gọi ông *Chateaubriand* là *Chateaubriant,* chữ đ đàng sau, đổi ra chữ t. Khiến cho đám phú-hộ cười ông văn-sĩ đại-danh ấy. Trong các báo đã đem chủ-nghĩa bán cho đương-quyền chính-phủ, thì những kẻ viết báo đem văn-chương làm đĩ, đương thóa-mạ những người vì nghĩa phải đi đày năm 1815. Nhà họa-sĩ *David* bấy giờ không có tài, nhà văn-sĩ *Arnault* bấy giờ không có tri, nhà chính-trị *Carnot* bấy giờ không có dũng; ông tướng-quân *Soult* bấy giờ không thắng được trận nào ; mà ông Nã-phá-luân không có chí-khí gì nữa cả. Bấy giờ ai cũng biết rằng viết thư cho kẻ tại lưu-đồ mà bỏ vào hòm sở bưu-chính thì ít khi được đến nơi đến chốn, bởi vì những thư ấy sở cảnh-sát đón mà bắt lấy cả. Sự ấy vả cũng không phải là mới. Ông *Descartes* ngày xưa phải đi đày cũng đã kêu như thế rồi. Thế mà ông *David* còn đăng vào một tờ báo nước Bỉ-li-thì mà chỉ trích những việc mất thư đó, để cho các báo-quán bên chủ-nghĩa tôn-quân người ta mai-mỉa lại cho. Câu *giết vua,* câu *đầu phiếu ưng thuận giết vua ;* câu *quân thù-nghịch*

votants dire : *les ennemis,* ou dire : *les alliés,* dire :
Napoléons ou dire : *Buonaparte,* cela séparait deux
hommes plus qu'un abîme. Tous les gens de bon
sens convenaient que l'ère des révolutions était à
jamais fermée par le roi Louis XVIII, surnommé
« l'immortel auteur de la charte ». Au terre-plein du
Pont-Neuf, on sculptait le mot *Redivivus,* sur le
piédestal qui attendait la statue de Henri IV. M. Piet
ébauchait, rue Thérèse, n° 4, conciliabule pour
consolider la monarchie. Les chefs de la droite
disaient dans les conjonctures graves : « Il faut écrire
à B.cot » MM. Canuel, O'Mahony et de Chappedelaine
esquissaient, un peu approuvés de Monsieur, ce qui
devait être plus tard « La conspiration du bord de
l'eau ». L'Epingle Noire complotait de son côté. Dela-
verderie s'abouchait avec Trogoff. M. Decazes, esprit
dans une certaine mesure libéral, dominait. Chateau-
briand, debout tous les matins devant sa fenêtre du
n° 27 de la rue Saint Dominique, en pantalon à
pieds et en pantoufles, ses cheveux gris coiffés d'un
madras, les yeux fixés sur un miroir, une trousse
complète de chirurgien dentiste ouverte devant lui,
se curait les dents, qu'il avait charmantes, tout
en dictant des variantes de *la Monarchie selon la
Charte* à M. Pilorge, son secrétaire. La critique fai-
sant autorité préférait Lafon à Talma. M. de Féletz

với câu *quản đồng-minh* ; tiếng *Nã-phá-luân* với tiếng *Bua-na-bạt* tuy cũng chỉ một thứ người, mà gọi tiếng kia, hay kêu tên nọ, xa nhau như một vực một trời. Thời ấy phàm những người biết điều phải-chẳng, ai cũng nói rằng đến đời vua *Louis XVIII* là hết hẳn cái thời-kỳ biến loạn cách-mệnh, cho nên vua lại có hiệu nữa là « một nhà tác-giả vạn thế lưu-danh bản Quốc-dân công-ước ». Ở chỗ đất phẳng cầu *Pont-neuf* (tàn kiều) thời ấy người ta đương khắc chữ *Redivivus* lên cái bệ để chở bức tượng đồng vua *Henri IV*. Ông *Piet* thì đương mưu đồ việc lập đảng vệ-cương ở nhà số 4, đường *Thérèse*. Các viên đầu đảng bên phái Hữu-dực (nghĩa là ngồi về bên tay phải ở nghị-viện) động có việc gì nguy cấp thời ấy hay bàn nhau ; «Âu kíp đưa thư báo cho ông *Bacot* biết.» Năm ấy ông *Canuel*, ông *O' Mahony* và ông *Charpede-laine* đương khởi điểm thi-hành cái việc mưu phản mà về ngày sau gọi là « việc mưu-phản trên bờ sông», trên có đức-ông Hoàng-đệ tán-trợ. Hội « Đanh-gim-đen » thời ấy cũng đương rắp-danh làm phản. Ông *Delaver-derie* vừa họp mặt với ông *Trogoff*. Ông *Decazes* là một bậc cũng hơi có bụng phóng-khoáng ít nhiều, thời ấy đương thần-thế. Ông *Chateaubriand* thời ấy sáng nào cũng đứng trước cửa sổ nhà ông ở số 27 đường *S int-Dominique*, bận quần trong nhà, đi giày *bang-túp*, đầu đã hoa-dâm phủ khăn quàng bằng vải *madras*, đứng soi gương trước mặt thì để một bộ đủ đồ chữa răng, vừa xỉa bộ răng rất đẹp, vừa đọc cho ông *Pilorge* là thư-ký viết đi viết lại tập thảo sách : « *Vương chính theo như quốc-dân công-ước* ». Các nhà bình-phẩm có giá-trị, thời ấy coi tên kép *Lafon* là giỏi hơn kép *Talma*.

signait A ; M. Hoffmann signait Z. Charles Nodier écrivait *Thérèse Aubert.* Le divorce était aboli. Les lycéés s'appelaient collèges. Les collégiens, ornés au collet d'une fleur de lys d'or, s'y gourmaient à propos du roi de Rome. La contre-police du chateau dénonçait à son altesse royale Madame le portrait, partout exposé, de M. le duc d Orléans, lequel avait meilleure mine en uniforme de colonel général des houzards que M. le duc de Berry en uniforme de colonel général des dragons ; grave inconvénient. La ville de Paris faisait redorer à ses frais le dôme des Invalides. Les hommes sérieux se demandaient ce que ferait, dans telle ou telle occasion, M. de Trinquelague M. Clausel de Montals se séparait, sur divers points, de M. Clausel de Coussergues ; M. de Salaberry n'était pas content. Le comédien Picard, qui était de l'Académie dont le comédien Molière n'avait pu être, faisait jouer *les deux Philibert* à l'Odéon, sur le fronton duquel l'arrachement des lettres laissait encore lire distinctement : THÉATRE DE L'IMPÉRATRICE. On prenait parti pour ou contre Cugnet de Montarlot. Fabvier était factieux ; Bavoux était révo'utionnaire. Le libraire Pélicier publiait une édition de Voltaire, sous ce titre : *Œuvres de Voltaire,* de l'Académie française. « Cela fait venir les acheteurs », disait cet éditeur

Ông *de Féletz* thì ký tắt chữ A ; ông *Hoffmann* thì ký tắt chữ *Z*. Ông *Charles Nodier* đương soạn bộ sách *Thérèse Aubert*. Việc vợ chồng li-dị, luật pháp vừa bỏ. Các tràng trung-học thời ấy gọi là *collèges*. Những học-sinh thì cổ áo đính hoa bách-hợp bằng vàng, thường đấm đá nhau về chuyện ông La-mã-vương (là thái-tử của Nã-phá-luân hoàng-đế). Bọn cảnh-sát riêng trong hoàng-cung, tố-giác với đức-bà vợ ông Hoàng-đệ rằng ngoài phố đâu đâu họ cũng treo bức hình *Orléans* quận-công, mà ông quận-công này thì bận võ phục thiếu-tướng quân *Houzards* lại khôi-ngô tráng-kiện hơn ông quận-công *de Berry* bận võ-phục thiếu-tướng quân đầu-rồng; sự đó rất là quan trọng. Thành phố *Paris* năm ấy đương xuất tiền ra để mạ vàng lại cái chỏm mái nhà ở trại quân *Invalides*. Năm ấy những người mô-phạm ai nấy tự vấn không biết thế sự xoay ra thế này hay thế nọ thì ông *de Trinquelague* cư-xử ra làm sao? ông *Clausel de Montals* thì có nhiều điều không hợp ý với ông *Clausel de Coussergues* ; ông *de Salaberry* thì không bằng lòng. Nhà soạn hài-kịch *Picard* có chân Hàn-lâm, là chỗ mà nhà soạn hài-kịch *Molière* không thể vào được, năm ấy đương đem diễn bài kịch *Les deux Philibert* tại rạp hát *Odéon*. Trên diềm đằng trước rạp hát ấy, tuy đã phá cái biển đề tên cũ của rạp hát đi mà vẫn hãy còn đọc rõ : *Rạp hát của để triều hoàng-hậu*. Thế nhân năm ấy đương phần đông người thì biểu đồng tình, người thì phản đối với ông *Cugnel de Montarlot*. Ông *Fabvier* thì thiên vị một chính-đảng. Ông *Bavoux* thì về đảng cách-mệnh. Nhà bán sách *Pélicier* năm ấy đương xuất bản một bộ sách của ông *Voltaire*, ngoài bìa đề : Toàn thư của ông *Voltaire*, ở viện Hàn-lâm nước Đại-pháp. Người

naïf. L'opinion générale était que M. Charles Loyson serait le génie du siècle ; l'envie commençait à le mordre, signe de gloire ; et l'on faisait sur lui ce vers :

Même quand Loyson vole, on sent qu'il a des pattes.

— Le cardinal Fesch refusant de se démettre, M. de Pins, archevêque d'Amasie, administrait le diocèse de Lyon. La querelle de la vallée des Dappes commençait entre la Suisse et la France par un mémoire du capitaine Dufour, depuis général. Saint-Simon, ignoré échafaudait son rêve sublime. Il y avait à l'Académie des sciences un Fourier célèbre que la postérité a oublié et dans je ne sais quel grenier un Fourier obscur dont l'avenir se souviendra. Lord Byron commençait à poindre ; une note d'un poème de Millevoye l'annonçait à la France en ces termes : *un certain lord Baron*. David d'Angers s'essayait à pétrir le marbre. L'abbé Caron parlait avec éloge, en petit comité de séminaristes, dans le cul-de-sac des Feuillantines, d'un prêtre inconnu nommé Félicité Robert qui a été plus tard Lamennais Une chose qui fumait et clapotait sur la Seine avec le bruit d'un chien qui nage allait et venait sous les fenêtres des Tuileries, du pont Royal au pont Louis XV ; c'était une mécanique bonne à pas grand'chose, une espèce de joujou, une rêverie d'inventeur songe-

bản sách thật-thà ấy nói rằng để như thế bản sách được
đắt hàng. Dư-luận thời ấy cho rằng ông *Charles Loyson* sẽ
nên bậc lĩnh-tụ trong nhân-vật kim thế-kỉ ; bởi rứa mà
thiên-hạ nhiều người đâm ghen ghét với ông. Có người
ghen tất là tang chứng rằng có tài thật ; nhân người ta
có làm câu thơ này mà mỉa ông : (Câu thơ ấy tinh-thần
ở nguyên-văn, dịch ra không có nghĩa). Ông giáo-chủ
Fesch (là cậu của Nã-phá-luân Hoàng-đế trước) không
chịu từ chức, ông *de Pins* là thái-giám-mục *Amasie*,
phải cai-trị cả chính-xứ *Lyon*. Nước Thụy-sĩ với nước
Pháp năm ấy khởi sự tranh nhau miền thung-lũng
Vallée des Dappes, nhân ông đại-úy *Dufour* có làm một
bản số tấu. Ông đại-úy ấy về sau lên đến chức nguyên-
soái. Ông *Saint Simon* năm ấy chưa ai biết đến, còn
đương phác-họa ra trong óc cái lý-thuyết rất cao sâu về
xã-hội. Hiện ở Khoa-học Hàn-lâm viện năm ấy có một
ông *Fourier* nổi tiếng lẫy-lừng mà rồi đời sau quên
hẳn, nhưng cũng một năm ấy lại có một ông *Fourier*
khác, bấy giờ đương nằm xó gác nào mà rồi đời sau
nhớ tên mãi mãi. Bên Anh-quốc bấy giờ *Lord Byron*
mới hơi gọi là có tiếng ; trong tập thơ của ông *Millevoye*
có một câu chú thích nói rằng : Hiện có một nhà thi-sĩ
nước Anh, *Lord Baron*, hãy còn viết lộn lên. Ông *David* ở
Angers năm ấy hãy còn ướm tài gọt đá. Ở trong ngõ ngách
nhà tu *Feuillantines*, một bọn học-trò thầy-dòng thường
tụ-hội, bấy giờ ông thầy-dòng *Caron* thường khen một
người nhà thầy không ai quen biết tên, là *Félicité-Robert*.
người nhà-thầy ấy ngày sau là ông *Lamennais*. Năm
ấy ở dưới sông *Seine* trước điện *Tuileries*, có một cái
gì nổi lênh-bềnh tựa hồ con chó nó bơi nó lội ; đó là một
cái máy, một cái trò chơi, một sự thử-thách chưa ra

creux, une utopie : un bateau à vapeur. Les parisiens regardaient cette inutilité avec indifférence. M. de Vaublanc, réformateur de l'Institut par coup d'état, ordonnance et fournée, auteur distingué de plusieurs académiciens, après en avoir fait, ne pouvait parvenir à l'être. La faubourg Saint-Germain et le pavillon Marsan souhaitaient pour préfet de police M. Delaveau, à cause de sa dévotion. Dupuytren et Récamier se prenaient de querelle à l'amphithéâtre de l'École de médecine et se menaçaient du poing à propos de la divinité de Jésus Christ. Cuvier, un œil sur la Genèse et l'autre sur la nature, s'efforçaient de plaire à la réaction bigote en mettant les fossiles d'accord avec les textes et en faisant flatter Moïse par les mastodontes. M. François de Neufchâteau, louable cultivateur de la mémoire de Parmentier, faisait mille efforts pour que *pomme de terre fût* prononcée *parmentière*, et n'y réussissait point. L'abbé Grégoire, ancien évêque ancien conventionnel, ancien sénateur, était passé dans la polémique royaliste à l'état « d'infâme Grégoire ». Cette locution que nous venons d'employer : *passer à l'état de* était dénoncée comme néologisme par M. Royer-Collard. On pouvait distinguer encore à sa blancheur, sous la troisième arche du pont d'Iéna la pierre neuve avec laquelle, deux ans auparavant, on avait bouché le trou de mine pratiqué

đầu cả, của một kẻ ngông-cuồng, mơ-tưởng hão, muốn sáng-tạo nên một sự vô-lý : cái tàu máy chạy bằng hơi nước. Dân kinh-thành dửng-dưng mà nhìn cái đồ vô dụng đó. Ông *de Vaublanc* thời ấy là người đứng lên xướng-xuất việc cải-lương tòa Hàn-làm, một tay làm nên mấy ông Hàn-lâm mà mình vẫn không được vào Hàn-lâm viện. Ở *Faubourd-Saint-Germain* và ở *Pavillon Marsan* ai nấy ước-ao cho ông *Delaveau* được cử làm Cảnh-sát bộ tổng-trưởng, bởi vì ông mộ đạo. Ông *Dupuytrin* và ông *Récamier* năm ấy dương tranh biện với nhau ở giữa tràng học thuốc, giơ tay lên mà đe dấm nhau, vì cái vấn-đề chúa *Jésus-Christ* có phải là thần chăng? Ông *Cuvier* thì một mắt nhìn sách kinh sáng-thế, một mắt xét hiện-trạng trong tạo-hóa, năm ấy đang cố sức chiều bọn sùng đạo, nhiệt-thành ở chủ-nghĩa hồi-cổ, ông bèn gò gắng phân-giải để cho những di-cốt các thú-vật đời thái cổ đào bới được ở dưới đất, đừng phản-đối với những di-văn trong thánh-thư, ông lại đem những con vật *maslodontes* (loài vật tự loài voi đời thái cổ) bắt nó phải nịnh ông *Moïse*. Ông *François de Neufchateau*, thật là một nhà nhiệt-thành tụng công-đức của ông *Parment er* (là người đã đem giống khoai *pomme de terre* về trồng trong đất Pháp); ông cố hết sức khiến cho người ta phải đọc tiếng *pomme de terre* là *parmentier* mà không sao được. Ông thầy-dòng *Grégoire*, xưa làm giám-mục, trước là một nhà cách-mệnh, đã vào bậc quốc-lão, đến đời vương-chính khôi-phục rồi này thì dư-luận đã cho vào hạng người ô-nhục. Cái câu nói *passer à l'état de* (qua vào phận « người ô-nhục ») mà trước-giả dùng trong câu sách vừa rồi đó, năm ấy dương bị ông *Royer-*

par Blücher pour faire sauter le pont. La justice appelait à sa barre un homme qui, en voyant entrer le comte d'Artois à Notre Dame, avait dit tout haut : *Sapristi ! je regrette le temps où je voyais Bonaparte et Ta'ma entrer bras dessus bras dessous au Bal-Sauvage.* Propos séditieux. Six mois de prison. Des traîtes se montraient déboutonnés ; des hommes qui avaient passé à l'ennemi la viel'e d'une bataille ne cachaient rien de la récompense et marchaient impudiquement en plein soleil dans le cynisme des richesses et des dignités ; des déserteurs de Ligny et des Quatre-Bras, da's le débraillé de leur turpitude payée, étalaient leur dévouement monarchique tout nu ; oubliant ce qui est écrit en Angleterre sur la muraille intérieure des water-closets publics : *Please adjust your dress before leaving.*

Voilà, pêle-mêle, ce qui surnage confusément de l'année 1817, oubliée aujourd'hui. L'histoire néglige presque toutes ces particularités, et ne peut faire autrement ; l'infini l'envahirait. Pourtant ces détails, qu'on appelle à tort petits, — il n'y a ni petits faits dans l'humanité, ni petites feuilles dans la végétation, — sont utiles. C'est de la physionomie des années que se compose la figure des siècles.

En cette année 1817, quatres jeunes parisiens firent « une bonne farce ».

Collard cho là một câu chữ mép, không có xuất-xứ đầu ra cả. Ở nhịp thứ ba cái cầu *Iéna* năm ấy hãy còn thấy một tảng đá trắng hơn những tảng đá khác, ấy là chỗ vá cái lỗ vì quả phá của ông *Blücher* ném vào định phá đổ cầu mà thành ra lỗ ấy. Năm ấy tòa án đương xét xử việc một người phạm tội đương khi đức ông hoàng-đệ *Comte d'Artois* vào nhà thờ *Notre-Dame*, dám nói to tiếng lên rằng: « Trời ơi ! ta tiếc cái thời buổi ông *Bonaparte* với ông *Talma* khoác tay nhau mà cùng vào chỗ *Bal Sauvage* ». Lời ấy cho là loạn-ngữ, phải xử phạt giam sáu tháng. Năm ấy những đứa phản-quốc khi trước, không phải ẩn mặt ; những kẻ trốn sang vớ giặc trước hôm giao-chiến, không cần phải giấu diếm ai, ngửa mặt mà đi trên đường cái, khoe-khoang những tước lộc đứa gian-nịnh ; những kẻ quần tướng đào tị ở trận *Ligny* và trận *Quatre-Bras*, sỗ sàng phô trương sự lìa thầy đổi chủ ; không nhớ rằng ở bên Anh-quốc các nơi đại-tiện, người ta thường dề câu : Xin ai trước khi ra khỏi đây hãy chỉnh quần áo lại.

Đấy là kể hỗn-độn mấy việc nổi nhứt xẩy ra trong năm 1817. Những việc ấy ngày nay quên rồi. Sử-kí thường bỏ sót những việc vặt đó, mà không thể không bỏ sót. Ví nếu sử-kí mà kể hết mọi việc thì linh-tinh quá, còn ai biết đàng nào mà xem. Tuy vậy mà những việc vặt đó — ai gọi là việc nhỏ thì lầm, vì trong xã-hội không có việc gì là việc nhỏ, cũng như là trong thảo mộc không có cái lá nào gọi được là cái lá nhỏ — Tuy vậy mà những việc vặt đó cũng có ích. Góp nó lại thành ra chân-tướng một năm, mà góp chân-tướng nhiều năm lại thành ra chân-tướng một thế-kỉ.

Trong cái năm 1817 đó, có bốn vị thiếu-niên người *Paris* cùng nhau làm một việc quằng-mỡ.

II

Double quatuor

Ces parisiens étaient l'un de Toulouse, l'autre de
Limoges, le troisième de Cahors et le quatrième de
Montauban ; mais ils étaient étudiants, et qui dit
étudiant dit parisien ; étudier à Paris, c'est naître à
Paris.

Ces jeunes gens étaient insignifiants ; tout le monde
a vu ces figures-là ; quatre échantillons du premier
venu ; ni bons ni mauvais, ni savants ni ignorants,
ni des génies ni des imbéciles ; beaux de ce charmant
avril qu'on appelle vingt ans. C'étaient quatre Os-
cars quelconques, car à cette époque les Arthurs
n'existaient pas encore. *Brûlez pour lui les parfums
d'Arabie*, s'écriait la romance, *Oscar s'avance, Oscar,
je vais le voir !* On sortait d'Ossian, l'élégance était
scandinave et calédonienne, le genre anglais pur ne
devait prévaloir que plus tard, et le premier des
Arthurs, Wellington, venait à peine de gagner la
bataille de Waterloo.

Ces Oscars s'appelaient l'un Félix Tholomyès, de
Toulouse ; l'autre Listolier, de Cahors ; l'autre Fa-
meuil, de Limoges ; le dernier Blacheville de Mon-
tauban. Naturellement chacun avait sa maîtresse.

II

Hai cỗ bốn

Bốn vị Pháp-quốc kinh-đô nhân-vật đó, một người nguyên-quán ở *Toulouse*, người thứ hai ở *Limoges*. người thứ ba ở *Cahors*, người thứ tư ở *Montauban*; nhưng bốn người cùng là học-sinh, mà học-sinh tất là kinh-đô nhân vật. Phàm ai đã đến học ở *Paris*, tất cũng như là sinh ra tại *Paris*.

Bốn người thanh-niên đó không có cái gì là đặc-sắc; những mặt ấy ai cũng đã từng nom thấy rồi. Tổng lại là bốn cái kiểu-mẫu những thứ người gọi là người nào cũng được; chẳng tốt cũng chẳng xấu. chẳng thông-minh cũng không dốt-nát, chẳng phải là những bậc kì-tài, nhưng cũng không phải những đồ ngu-xuẩn; bốn người cùng đẹp, đẹp như cái vẻ tươi tốt tháng tư, mà tiếng thường gọi là xuân-xanh hai-chục tuổi. Bốn người ấy là bốn anh *Oscars* nào đấy, bởi vì thời ấy chưa có những hạng người niên-thiếu gọi là *Arthurs*. Nguyên thứ-thời có một bài ca dao nói rằng: «*Hãy đốt trầm-hương xứ A-rập mà đón lấy. Oscar tới kia, Oscar kia, ta sắp được xem mặt Oscar!*» Cái vẻ lịch-sự thời ấy, theo ở trong văn-thơ ông *Ossian*, chưa có những lối lịch-sự ăng-lê là một lối mãi về sau mới nảy. Bậc phong-lưu niên-thiếu gọi là *Arthurs* có trước hết cả, là ông *Wellington* (Huệ-linh-tôn) thời ấy vừa mới đại-thắng trận Hoa-tiết-lô xong mà thôi.

Vậy thời bốn anh *Oscars* công-tử này, một anh tên là *Félix Tholomyès*, người *Toulouse*; một anh tên là *Listolier*, người *Cahors*; một anh tên là *Fameuil*, người

Blacbevelle aimait Favourite ainsi nommée parce qu'elle était allée en Angleterre ; Listoler adorait Dablia, qui avait pris pour nom de guerre un nom de fleur ; Fameuil idolâtrait Zéphine, abrégé de Joséphine ; Tholomyès avait Fantine, dite la Blonde à cause de ses beaux cheveux couleur de soleil.

Favourite, Dah'ia, Zéphine et Fantine étaient quatre ravissantes fi'les parfumées et rad'euses, encore un peu ouvrières, n'ayant pas tout à fait quitté leur aigu lle, dérangées par les amourettes, ma's ayant sur le visage un reste de la sérénité du travail et dans l'âme cette fleur d'honnêteté qui dans la femme survit à la première chule Il y avail une des quatre qu'on appelait la jeune, parce qu'elle était la cadette : et une qu'on appelait la vieille. La vieille avait vingt-trois ans. Pour ne rien celer, les trois premières étaient plus expérimentées, p'us insouc'antes et plus envolées dans le bruit de la vie que Fantine la Blonde, qui en était à sa première illusion.

Dahlia, Zéphine, et surtout Favourite n'en auraient pu dire autant. Il y avait déjà plus d'un épisode à leur roman à peine commencé, et l'amoureux, qui s'appelait Adolphe au premier chapitre, se trouvait être Alphonse au second, et Gustave au troisième.

---

1 Chính là tên người chủ-động trong mấy quyển về phần thứ I, bộ tiểu-thuyết này, vậy mà mãi đến hồi này mới thấy nói đến tên.

Limoges ; anh sau cùng tên là *Blachevelle*, người *Montau-ban*. Mỗi anh có một chị nhân-ngãi, sự ấy là cố-nhiên rồi. Anh *Blachevelle* thì yêu chị *Favourite*, tên chị như thế bởi vì chị đã sang Anh-quốc ; anh *Listolier* thì yêu chị *Dah ia*, chị này lấy tên hoa làm tên gọi ở nơi phong-nguyệt ; anh *Fameuil* thì quì gối ở trước chị *Zé-phine*, tức là cách viết tắt chữ *Joséphine* ; anh *Tholomyés* thì đã có chị *Fantine* (1) tục danh gọi là chị Tóc-đỏ.

Favourite, Dah ia, Zéphine, và *Fantine* là bốn cô con gái xinh tốt, nước hoa thơm ngào ngạt, mặt-mày vui vẻ tươi cười, chưa bỏ dứt việc kim-chỉ, cho nên vẫn còn có dáng làm ăn ; tuy rằng vì duyên gặp-gỡ, cũng đã hơi nhãng nghề-nghiệp, nhưng mà nhìn trong vẻ mặt hãy còn cái thái-độ nghiêm-trang của nhà lao-động ; xét trong tính người hãy còn cái hoa thơm ý-nhị, những kẻ phụ-nữ mới sa chân là một. Trong bốn cô có một cô ít tuổi hơn cả gọi là cô út. Cô nhiều tuổi nhứt gọi là mụ già. Mụ già ấy mới có hai-mươi-ba tuổi. Nói cho thật không sót điều gì, thì ba cô lớn nhiều lịch-duyệt hơn, trong cách cử-chỉ có vẻ vò-ưu vò-lự, có vẻ mê-đắng hơn cô *Fantine* tóc đỏ hãy còn ở cái thời-kì mơ-hồ thế-cục.

Cô *Dahlia*, cô *Zéphine*, nhứt là cô *Favourite* thì không còn đâu ở buổi làm gái nữa rồi. Trong cái tiểu-truyện của ba cô đã qua được mấy hồi. Khách tri-âm ở hồi thứ nhứt là *Adolphe*, đến hồi thứ hai đã hóa ra *Alphonse*, sang hồi thứ ba lại thấy gọi là *Gustave*. Thân gái phận nghèo mà lại hay làm đỏm, thì khác nào gặp bạn không ra gì nó đã xui làm bậy. Cái nghèo nó gắt-gỏng, cái tính làm đỏm nó lại phỉnh phờ. Phàm

Pauvreté et coquetterie sont deux conseillères fatales ; l'une gronde, l'autre flatte ; et les belles filles du peuple les ont toutes les deux qui leur parlent bas à l'oreille, chacune de son côté. Les âmes mal gardées écoutent. De là les chutes qu'elles font et les pierres qu'on leur jette. On les accable avec la splendeur de tout ce qui est immaculé et inaccessible. Hélas ! si la Yungfrau avait faim ?

Favourite, ayant été en Angleterre, avait pour admiratrices Zéphine et Dahlia. Elle avait eu de très bonne heure un chez soi. Son père était un vieux professeur de mathématiques brutal et qui gasconnait ; point marié, courant le cachet malgré l'âge. Ce professeur, étant jeune, avait vu un jour la robe d'une femme de chambre s'accrocher à un garde-cendre ; il était tombé amoureux de cet accident. Il en était résulté Favourite. Elle rencontrait de temps en temps son père qui la saluait. Un matin, Une vielle femme à l'air béguin était entrée chez elle et lui avait dit : — Vous ne me connaissez pas, mademoiselle ?

Non. — Je suis ta mère. — Puis la vielle avait ouvert le buffet, bu et mangé, fait apporter un matelas qu'elle avait, et s'était installée. Cette mère, grognon et dévote, ne parlait jamais à Favourite, restait des heures sans souffler mot, déjeunait, dînait et soupait comme quatre, et descendait faire salon chez le portier, où elle disait du mal de sa fille.

1. — Bên Tay ở các thành-thị, mỗi nhà làm mấy từng, nhiều chủ ở thuê, cho nên nhà nào cũng có người canh cổng.

những con nhà lẽ-dàn có nhan-sắc, thì mấy cô mà chẳng gặp hai đứa bạn ấy nó luôn luôn rỉ-rỉ bên tai. Ai giữ nết cho mà chẳng nghe chẳng đắm. Bởi vậy mà các cô ít giữ được toàn, đã xảy chân lại bị người ta ném gạch. Người ta thường lấy cái cao-xa, cái trinh-bạch mà nhiếc mắng những người hư. Than ôi ! ví bằng ngọn núi *Yangfrau* (là ngọn núi rất cao vùng A-lạp-bá, tuyết phủ quanh năm) mà cũng đói, thì có đầu mà ngắt-ngàn được mãi trên mây xanh ?

Cô *Favourite* đã có sang qua Anh-quốc, gặp cô *Zéphine* và cô *Dahlia*, hai cô này thấy sắc mà yêu, mà phục. Thuở còn nhỏ, cô đã có cửa nhà. Nguyên cha cô là một vị giáo-sư dạy khoa toán-pháp, tính nóng nảy, ăn nói lại sỗ-sàng. Cụ không có ai tề-gia nội-trợ, tuổi đã già còn phải đi dạy-mảnh kiếm ăn. Khi tiên-sinh còn ít tuổi, một hôm gặp ả thị-tì nhà người ta, lỡ đi vướng gấu áo vào cái bình che trước lò sưởi. Vì đó nên duyên gặp-gỡ, sinh-hạ ra cô *Favourite* này. Thường thường cô cũng gặp ông thân-phụ thì ông lại ngả mũ chào. Một buổi sáng kia có một bà già, ra dáng thân yêu bộp-chộp, chạy vào nhà mà hỏi cô rằng :
— Cô không biết tôi à ? Không. — Ta là mẹ con đầy
— Mụ già nói thế rồi mở tủ phòng ăn ra, ăn rồi uống, rồi lại bảo người dọn đến một cái đệm giường, ở lì tại đó. Người mẹ ấy, tính khí cầu-nhầu mà lại sùng đạo, từ hôm ấy trở đi, không bao giờ nói chuyện với *Fa-vourite* nữa, có khi hàng giờ không nói-năng gì, ăn uống thì bằng bốn, ăn xong lại xuống ngồi chuyện gẫu ở dưới nhà tên canh cửa (1) rồi nói xấu con gái không thiếu câu gì.

Ce qui avait entraîné Dahlia vers Listolier, vers d'autres peut-être, vers l'oisiveté, c'était d'avoir de trop jolis ongles roses. Comment faire travailler ces ongles là ? Qui veut rester vertueuse ne doit pas avoir pitié de ses mains. Quant à Zéphine, elle avait conquis Fameuil par sa petite manière mutine et caressante de dire : Oui, monsieur.

Les jeunes gens étant camarades, les jeunes filles étaient amies. Ces amours là sont toujours doublés de ces amitiés-là.

Sage et philosophe, c'est deux ; et ce qui le prouve, c'est que, toutes réserves faites sur ces petits ménages irréguliers, Favourite, Zéphine et Dahlia étaient des philosophes, et Fantine une fille sage.

Sage dira-t-on ? et Tholomyès ? Salomon répondrait que l'amour fait partie de la sagesse. Nous nous bornons à dire que l'amour de Fantine était un premier amour, un amour unique, un amour fidèle.

Elle était la seule des quatre qui ne fût tutoyée que par un seul.

Fantine était un de ces êtres comme il en éclot, pour ainsi dire, au fond du peuple. Sortie des plus insondables épaisseurs de l'ombre sociale, elle avait au front le signe de l'anonyme et de l'inconnu. Elle était née à Montreuil-sur mer. De quels parents? Qui pourrait le dire ? On ne lui avait jamais connu ni père ni mère. Elle se nommait Fantine. Pourquoi Fantine?

Cái duyên cố nó đã dun-dủi cô *Dahlia* lại với cậu *Listolier*, có lẽ còn lại với nhiều cậu khác nữa, qui hồ cô được ăn không ngồi rồi, là bởi cô có bộ móng tay xinh-đẹp đỏ như son. Móng tay như thế, ai nỡ bắt làm ? Phàm thân-phận gái mà lại muốn giữ nền trinh-thục thì không nên thương hai bàn tay. Đến như cô *Zéphine* thì nguyên chỉ lấy có một cái cách đảo-hoạt, một cái giọng thỏ-thẻ nói tiếng *oui, monsieur* (thưa ông, vâng) mà cắn-câu được cậu *Fameuil*.

Bốn cậu chơi với nhau, bốn cô tất cũng thành ra bạn-hữu. Trai gái ấy tất phải có bạn bè ấy.

Ngoan khác mà khôn lại khác. Đã dành trong những cuộc trăng-gió vật-vờ, trai gái ở với nhau không có cưới, thì còn có luân-lý nào nữa, nhưng tựu chung cũng nên phân - biệt phải chăng. Cô *Favourite*, cô *Zéphine*, cô *Dahlia* thì gọi là những bậc gái khôn. Mà cô *Fantine* thì gọi là ngoan mới phải.

Ngoan ? sao lại còn có chàng *Tholomyès* ? giả sử ông *Salomon* mà phán-đoán việc này, thì ông nói rằng trong cái nết ngoan phụ-nữ, gồi cả chữ tình. Nhưng trước-giả đây thì chỉ thầm một câu rằng : cái tình của *Fantine* là như bông đào mới nở dàng cho một đấng nam-nhi, là một mối chung-tình.

Xét trong bốn cô, duy có cô này là chỉ một cậu gọi mình mình tớ tớ.

Fantine là một thứ hoa thơm, nơi ẩm-thấp lề dàn cũng có nở ra nhiều ít. Nàng do từ những chỗ tối-tăm không ai dò thấu, ở trong cái bóng xăm-uất xã-hội mà ra, cho nên trên trán bóng có cái nét vô-danh vô đặc-sắc. Nàng vốn sinh ra ở *Montrenil-sur-mer*. Cha mẹ là ai ? Ai mà nói được ? Chưa ai hề có thấy người nào

On ne lui avait jamais connu d'autre nom. A l'époque
de sa naissance, le Directoire existait encore. Point de
nom de famille; elle n'avait pas de famille; point de
nom de baptême, l'église n'était plus là. Elle s'appe-
la comme il plut au premier passant qui la rencontra
toute petite, allant pieds nus dans la rue. Elle reçut
un nom comme elle recevait l'eau des nuées sur son
front quand il pleuvait. On l'appela la petite Fantine.
Personne n'en savait davantage. Cette créature hu-
maine était venu dans la vie comme cela. A dix
ans, Fantine quitta la ville et s'alla mettre en service
chez des fermiers des environs. A quinze ans, elle
vint à Paris « chercher fortune ». Fantine était belle
et resta pure le plus longtemps qu'elle put. C'était
une jolie blonde avec de belles dents. Elle avait de
l'or et des perles pour dot, mais son or était sur sa
tête et ses perles étaient dans sa bouche.

Elle travailla pour vivre; puis, toujours pour
vivre, car le cœur a sa faim aussi, elle aima.

Elle aima Tholomyès.

Amourette pour lui, passion pour elle. Les rues
du quartier latin, qu'emplit le fourmillement des
étudiants et des grisettes, virent le commencement
de ce songe Fantine, dans ces dédales de la colline
du Panthéon, où tant d'avantures se nouent et se

---

1. *Quartier Latin* là bộ thứ V, kinh-thành *Paris*, các đại-học-đường
ở cả xóm ấy, học-sinh ở đông.

gọi là cha, là mẹ nàng ấy bao giờ. Tên nàng là *Fantine*. Sao lại *Fantine*? Chưa ai từng thấy ai gọi rằng là thế khác. Độ chừng năm sinh ra nàng, chính-phủ *Direcoire* hãy còn đương quyền. Nàng không có tộc-danh, bởi vì không có tộc-thuộc nào cả. Không có tên thánh, bởi vì thời ấy không còn đâu giáo-đường nữa. Tên nàng là thế, bởi vì một người khách qua đường nào đấy ngẫu-nhiên gặp đứa con gái nhỏ, đi chân không ngoài đường, đã đặt tên cho nó là thế. Nàng nhận lấy cái tên ấy, cũng dường như kẻ đi đường nhận lấy hạt mưa rơi vào giữa trán vậy. Người ta gọi nàng là con nhỏ *Fantine*. Không còn ai biết điều gì khác về lai-lịch của nàng nữa. Cái vật mọn về loài người ấy, bước vào trong cuộc đời là như vậy. Năm lên mười tuổi, *Fantine* bỏ chốn thị-thành, đi về làm mướn cho chủ trại kia ở miền quê gần tỉnh. Đến năm mười lăm thì nàng đến kinh-đô để kiếm ăn. Nàng có nhan-sắc, mà cố ở vậy được ngày nào hay ngày ấy. Người hạng da đỏ tóc vàng mà hai hàm răng đều chăn-chắn. Thế là vàng cũng có mà trân-châu cũng có, làm khoản hồi-môn; nhưng vàng thì ở trên đầu, mà chân-trâu thì ở trong miệng.

Nàng đi làm ăn để nuôi thân; rồi lại yêu, cũng để nuôi thân, bởi vì tấm lòng cũng có cái đói của lòng.

Nàng yêu chàng *Tholomyès*.

Chàng thì cho là chuyện gió-trăng một lúc, mà nàng thì cho là việc khăng-khít trăm năm. Những phố-xá xóm la-tinh(1) nhan-nhản những học-sinh với những đàn-bà giăng-há, làm cảnh trí cho cái hồi đầu câu chuyện mơ ngủ đó. Trong những nơi ngõ-ngách núi Công-thần-lăng, biết bao nhiêu cuộc gặp-gỡ tơ duyên buộc rồi lại

dénouent, avait fui longtemps Tholomyès, mais de façon à le rencontrer toujours. Il y a une manière d'éviter qui ressemble à chercher. Bref, l'églogue eut lieu.

Blachevelle, L'stolier et Fameuil formaient une sorte de groupe dont Tholomyès était la tête. C'était lui qui avait l'esprit.

Tholomyès était l'antique étudiant vieux ; il était riche ; il avait quatre mille francs de rente ; quatre mille francs de rente, splendide scandale sur la montagne Sainte-Geneviève. Tholomyès était un viveur de trente ans, mal conservé. Il était ridé et édenté ; et il ébauchait une calvitie dont il disait lui-même sans tristesse : *crâne à trente ans, genou à quarante.* Il digérait médiocrement, et il lui était venu un larmoiement à un œil. Mais à mesure que sa jeunesse s'éteignait, il allumait sa gaîté ; il remplaçait ses dents par des lazzis, ses cheveux par la joie, sa santé par l'ironie et son œil qui pleurait, riait sans cesse. Il était délabré, mais tout en fleurs. Sa jeunesse, pliant bagage bien avant l'âge, battait en retraite en bon ordre, éclatait de rire, et l'on n'y voyait que du feu. Il avait eu une pièce refusée au Vaudeville.

------

1. Xóm La tinh chinh là những phố ở quanh chỗ cao nguyên gọi là núi *Sainte Geneviève,*

cỗi. *Fantine* cũng đã nhiều phen lánh mặt *Tholomyès*, nhưng lánh để mà gặp nhau, chứ không lánh để mà khuất. Có một cách lẩn mặt nhau, tự hồ đi tìm nhau vậy. Tổng kết, thành ra câu thơ trao duyên.

Blachevelle, Listolier và *Fameuil* hình như đã kết thành một nhân đẳng, mà *Tholomyès* thì đứng làm đầu. Bởi vì *Tholomyès* là người trí.

Tholomyès thật là vào những hạng học-trò đời xưa đã cao tuổi; nhà lại có; mỗi năm được bốn nghìn *francs* lợi tức. Bốn nghìn *francs* lợi tức, thật là một việc khiến cho người ta phải bàng-hoàng náo-động ở trong vùng núi *Sainte-Geneviève (1)*. *Tholomyès* là một tay ăn chơi, trạc ba-mươi tuổi, mà khí-lực đã suy rồi. Má thì răn, răng đã khuyết ; trên đầu đã hơi dâm hói, anh ta thường không buồn rầu mà nói rằng : *Ba-mươi tuổi còn là cái sọ, bốn-mươi thì sẽ trụi như đầu gối người ta*, Ăn thì khó-nhọc mới tiêu, một con mắt thì thường cứ vãi nước. Nhưng cái tráng-khí tàn đến đâu thì cái tính vui lại thêm đến đấy, không còn răng đã có cái miệng khỏi-hải ; không có tóc đã có cái vẻ mặt vui hớn-hở ; sức hết mạnh đã có cái điệu đủng-đỉnh khinh đời ; con mắt ướt tuy rằng khóc mà vẫn cười không dứt. Mình-mầy tuy đã sờm mà lúc nào cũng hoa trùm kín. Thì ra cái xuân-xanh của cậu ta dẫu rằng sớm cuốn gói, nhưng vẫn giữ trật-tự mà đánh giật lùi, cứ cười sằng-sặc, chẳng ai nom thấy gì hết. Trước cậu đã có soạn một bài kịch, đem bản thảo đưa vào rạp *Vaudeville* cho họ diễn, thì rạp ấy chê, gửi trả. Từ đó thỉnh-thoảng họa mấy vần thơ cũng không có gì là đặc-sắc. Vả lại cậu có một cách cao-

Il faisait çà et là des vers quelconques. En outre, il doutait supérieurement de toute chose, grande force aux yeux des faibles. Donc, étant ironique et chauve, il était le chef. *Iron* est un mot anglais qui veut dire fer. Serait-ce de là que viendrait ironie ?

Un jour Tholomyès prit à part les trois autres, fit un geste d'orac e, et leur dit :

— Il y a bientôt nn an que Fantine, Dahlia, Zéphine et Favourite nous demandent de leur faire une surprise. Nous la leur avons promise solennellement. Elles nous en parlent toujours, à moi surtout. De même qu'à Naples les vielles femmes crient à saint Janvier *Faccia gialluta, fa o miracolo,* Face jaune, fais ton miracle ! nos belles me disent sans cesse : Tholomyès, quand accoucheras-tu de ta surprise ? En même temps nos parents nous écrivent. Scie des deux côtés. Le moment me semble venu. Causons.

Sur ce, Tholomyès baissa la voix, et articula mystérieusement quelque chose de si gai qu'un vaste et enthousiaste ricanement sortit des quatre bouches à la fois et que Blachevelle s'écria : — Ça, c'est une idée !

thượng mà nghi hoặc hết thảy mọi sự, đó là một cái thế lực to đối với những kẻ hèn. Vậy thì ra cậu ta bởi cái đủng-đỉnh, bởi cái hói đầu, mà làm người đầu trong đẳng. Tiếng *Iron* là một tiếng ăng-lê nghĩa là sắt. Chẳng hay tiếng *Ironie* trong Pháp-văn nghĩa là đủng-đỉnh, có phải bởi đó mà ra không?

Một hôm kia cậu *Tholomyès* gọi ba cậu kia vào một xó, rồi giơ tay một cách nghiêm-nghị như thể sắp xướng-xuất một điều huyền-bí gì, mà nói rằng:

— Các anh ơi, đã được chừng một năm nay, *Fantine, Dahlia, Zéphine* và *Favourite*, bốn con bé nó yêu cầu anh em ta hôm nào ngẫu-nhiên làm cái gì cho chúng nó không đợi mà được một cuộc khoái-lạc. Sự ấy chúng ta đã nguyện-ước với chúng nó rồi. Từ ấy đến giờ, ngày nào chúng nó cũng nhắc đến, nhứt là chúng nó hay nhắc với tôi. Ở *Naples* các bà già thường hay khấn với ông thánh *Janvier : Faccia gia luta, fa o miracolo.* (Tiếng Ý-đại-lị nghĩa là: Hỡi ông mặt vàng, xin ông làm phép lạ cho chúng tôi xem). Bốn con nhàn-ngãi chúng ta nó cũng cứ luôn miệng khấn tôi: Anh *Tholomyès* hỡi, bao giờ anh rặn ra cái việc ngẫu-hứng gì đã hẹn với chúng em rồi? Một mặt thì cha-mẹ chúng ta viết thư giục về. Hai phía làm ngày rõ thân tội! Bây giờ thời-kỳ nghe đã đến. Âu là anh-em ta hội-nghị.

Nói xong câu ấy, *Tholomyès* thầm-thì cái gì với ba cậu bạn, ý chừng câu chuyện rất vui rất ngộ, cho nên khi cậu ta vừa thầm-thì xong thì bốn cái miệng đồng-thanh phát một tiếng cười khanh-khách. Cậu *Blache-velle* lại lớn tiếng bình-phẩm thêm một câu rằng: — Đấy mới là một ý-kiến!

Un estaminet plein de fumée se présenta, ils y entrèrent et le reste de leur conférence se perdit dans l'ombre.

Le résultat de ces ténèbres fut une éblouissante partie de plaisir qui eut lieu le dimanche suivant : les quatre jeunes gens invitant les quatre jeunes filles.

III

Quatre à quatre

Ce qu'était une partie de campagne d'étud ants et de grisettes, il y a quarante-cinq ans, on se le représente malaisément aujourd'hui. Paris n'a plus les mêmes environs ; la figure de ce qu'on pourrait appeler la vie circumpar sienne a complètement changé depuis un demi-siècle ; où il y avait le coucou, il y a le wagon ; où il y avait la patache, il y a le bateau à vapeur ; on dit aujourd'hui Fécamp comme on disait Saint-Cloud. Le Paris de 1862 est une ville qui a la France pour banlieue.

Les qua re couples a compl rent cons iencieusement toutes les folies champê res possibles alors. On entrait dans les vacances, et c'était une chaude et claire journée d'été. La veille, Favourite la seule qui sût écrire, avait écrit ceci à Tholomyès au nom

Giữa lúc ấy thì bốn anh-em nom thấy một cửa hàng rượu, trong những khói thuốc lá um lên nghi-ngút, bốn cậu cùng vào hội-nghị, để giải-quyết cho xong câu chuyện đương bàn dở, những lời nghị-luận sau cùng đó, vùi lấp mất cả trong bóng tối, trước-giả không thể chép được nốt.

Duy chỉ biết rằng cuộc hội-nghị ấy sau kết-quả ra một cuộc bốn cặp cùng nhau đi ngao-du miền thôn-giã, định đến chủ-nhật sau thì đi chơi, bốn cậu cùng mời bốn cô đi dự cuộc.

III

Bốn cặp sánh vai

Một cuộc ngao-du sơn-thủy của mấy cậu học-sinh với mấy cô thiếu-nữ, về độ bốn-mươi-nhăm năm về trước. bây giờ khó mà tưởng-tượng ra được nó vui thú thế nào. Thành *Paris* bây giờ không có những vùng chu-biên như là ngày xưa nữa. Từ một nửa thế-kỷ nay, cái cách ăn chơi miền thành ngoại đã đổi hẳn đi rồi. Những chỗ xưa còn dùng đồng-hồ chim-gáy, bây giờ đã có xe lửa đi qua; những nơi ngày trước còn phải đi xe bằng thuyền ván, bây giờ đi bằng tàu có máy hơi nước cả. Ngày nay ta nói *Fécamp* tự hồ ngày xưa ta nói *Saint-Cloud*. Kinh-thành *Paris* năm 1862 đã thành ra một chốn gọi cả nước Pháp là chu-biên thành-ngoại mất rồi.

Hôm ấy bốn cặp kia theo như thời-tục mà thưởng cuộc ngao-du sơn-thủy. Lúc đó đương là lúc nghỉ hè, khí trời ấm-áp mà tạnh-ráo. Hôm trước cô *Favourite —* trong bốn cô duy có cô này cầm được bút — đã thay

des quatre : C'est un bonne heure de sortir de bonheur ». C'est pourquoi il se levèrent à cinq heures du matin. Puis ils allèrent à Saint-Cloud par le coche, regardèrent la cascade à sec, et s'écrièrent : Cela doit être bien beau quand il y a de l'eau ! déjeunèrent à la *Tête Noire*, où Castaing n'avait pas encore passé, se payèrent une partie de bagues au quinconce du grand bassin, montèrent à la lanterne de Diogène, jouèrent des mascarons à la roulette du pont de Sèvres, cueillirent des bouquets à Puteaux, achetèrent des mirlitons à Neuilly, mangèrent partout des chaussons aux pommes, furent parfaitement heureux.

Les jeunes filles bruissaient et bavardaient comme des fauvettes échappées. C'était un délire. Elles donnaient par moments de petites tapes aux jeunes gens Ivresse matinale de la vie ! Adorables années ! L'aile des libellules frissonne. Oh ! qui que vous soyez, vous souvenez-vous ? Avez-vous marché dans les broussailles, en écartant les branches à cause de la tête charmante qui vient derrière vous ? Avez-vous glissé en riant sur quelque talus mouillé par la pluie avec une femme aimée qui vous retient par la main et qui s'écrie : — Ah ! mes brodequins tout neufs ! dans quel état ils sont !

Disons tout de suite que cette joyeuse contrariété, une ondée, manqua à cette compagnie de belle

mặt cho tất cả bốn chị em mà viết thư cho cậu *Tholomyès* trong thư có câu : «*C'est un bonne heure de sortir de bonheur*» (Đi ra ngoài sáng sớm là một sự khoái lạc). Tiếng *bonheur* là khoái lạc thì lại viết lộn vào chỗ tiếng *bonne heure* là sớm. Năm giờ sáng hôm sau đều đã dậy cả, mướn xe cộ đi đến *Saint-Cloud*, đến ngắm nơi thác chảy thì hôm ấy nước lại cạn, bèn kêu lên rằng : giả sử có nước thì đẹp lắm ! Bữa cơm trưa ăn ở quán *Tête Noire* (Đầu đen), thời ấy chưa có ông *Castaing* qua đó. Rồi lại rủ nhau đến chỗ vườn cây trồng hàng tréo, gần chỗ bể nước lớn, mà đánh đáo bằng vòng sắt. Đoạn rồi kéo nhau lên núi, tục danh là cái « Đèn của ông *Diogène* ». Đến chỗ cầu *Sèvres* thì đánh quay lấy bánh ngọt ăn ; đến *Puteaux* thì hái hoa bó lại cầm về ; đến *Neuilly* thì mua sáo bằng sậy thổi chơi ; đi đến đâu cũng ăn bánh khoai, thật là vui-vẻ thích chí.

Bốn cô thì cười cười nói nói, liến-thoắng như thể lũ chim sàu sổ lồng. Sung-sướng như cuồng như dại. Thỉnh thoảng lại dánh rờn các cậu vào vai. Thật là một cuộc say-sưa trong buổi sáng ngày của cõi trăm năm còn mãi ! Đáng nhớ thay là những buổi đáng yêu thời niên-thiếu ! Chuồn bay vù-vù cánh. Ai ơi còn nhớ hay không ? Nào ai là những kẻ đã vạch cây đi trong bụi, để khỏi vướng tóc kẻ theo sau. Nào ai là những kẻ đã cười mà trượt chân trên bờ ruộng, vừa mới phải mưa, tay dắt-díu người đàn-bà yêu-mến, có nhớ những tiếng kêu ý-oé của kẻ sợ lấm giày ?

Ta xin kíp nói ngay rằng cuộc vui hôm ấy thiếu mất trận mưa dào. Tuy rằng lúc ra đi, cô *Favourite* đã lên

humeur, quoique Favourite eût dit en parlant, avec un accent magistral et maternel : *Les limaces se promènent dans les sentiers. Signe de pluie, mes enfants.*

Toutes quatre étaient follement jolies Un bon vieux poète classique, alors en renom, un bonhomme qui avait une Eléonore. M. le Chevalier de Labouïsse, errant ce jour-là sous les maronniers de Saint-Cloud, les vit passer vers dix heures du matin ; il s'écria : *Il y en a une de trop*, songeant aux Grâces. Favourite, l'amie de Blachevelle, celle de ving -trois ans, la vieille, courait en avant sous les grandes branches vertes, sautait les fossés, enjambait éperdûment les buissons, et présidait cette gaîté avec une verve de jeune faunesse. Zéphine et Dahlia, que le hasard avait faites belles de façon qu'elles se faisaient valoir en se rapprochant et se complétaient, ne se quit aient point, par ins inct de coquetterie plus encore que par amitié, et, appuyées l'une à l'autre prenaient des poses anglaises. Les premiers *keepsakes* venaient de paraître, la mélancolie po ntait pour les femmes, comme, plus tard, le byronisme pour les hommes, et les cheveux du sexe tendre commençaient à s'éplorer. Zéphine et Dahlia étaient coiffées en rouleaux Listolier et Fameuil, engagés dans une discussion sur leurs prof sseurs, expliquaient à Fantine la différence qu'il y a ait entre M. Delvincourt et M. Blondeau.

giọng tiên-tri dọa trẻ : « *Sên bò ngoài ngõ, mưa rõ mười mươi !* »

Bốn cô cùng xinh cùng tươi. Thời ấy có một nhà thi-sĩ đã nhiều tuổi, thơ hay nổi tiếng, ông lão lù-khù mà cũng có một cô *Eléonore* làm tình-nương, tên ông thi-sĩ ấy là *Labo isse* vũ sĩ, hôm ấy nhân ông cũng đi chơi thơ-thẩn dưới bóng những cây hạt-giẻ ở *Saint-Cloud*, chừng mười giờ sáng, ông gặp bọn này, ông sực nghĩ đến ba vị Mỹ-thần mà kêu lên rằng: *Thừa một cô !* — Cô *Favourite* là tình-nương của cậu *Blachevelle*, là cô hai-mươi-ba tuổi, là mụ già trong đám ấy, thì chạy lên trước, dưới bóng những cành cây xanh, rồi bước qua những hào rãnh, nhảy qua những khóm bụi, cô vui-vẻ mà làm chủ-chương cho cái cuộc chơi hôm ấy, *Zéphine* và *Dahlia* thì tình-cờ đã xui khiến cùng nhau hai vẻ đẹp như huệ với lan, như đào với lý, đứng cạnh nhau lại càng thêm đẹp, biết vậy cho nên hai cô không rời nhau ra, phần bởi tình thân là ít, mà phần muốn xen nhau cho nổi vẻ đẹp là nhiều. Hai cô cứ dựa vào nhau mà đi, đi lấy những dáng kiểu đàn-bà Anh-quốc. Năm ấy mới sinh ra cái tục mua những sách vẽ cho nhau làm vật kỷ niệm, theo tiếng nước Anh gọi là *kip-xéc*, đàn-bà thời ấy lấy d ng yểu-điệu hơi rầu-rầu làm lịch-sự, cũng như mấy năm về sau, đàn ông hay lấy cách điệu của *Lord Byron* làm sang trọng. Tóc đàn-bà năm ấy bắt đầu bỏ xõa xuống vai. Cô *Zéphine* và cô *Dahlia* thì đầu làm tóc cuộn. Cậu *L stolier* và cậu *Fameuil* thì đương bình-phẩm với nhau về mấy ông giáo-sư dạy ở trường mình học, rồi lại cố cắt nghĩa cho cô *Fantine* nghe ôn *Delvincourt* với ông *Blondeau* khác nhau những thế nào.

Blachevelle semblait avoir été créé expressément pour porter sur son bras le dimanche le châle ternaux boîteux (1) de Favourite.

Tholomyès suivait, dominant le groupe. Il était très gai, mais on sen'ait en lui le gouvernement ; il y avait de la dictature dans sa jovialité ; son ornement principal était un pantalon jambes-d'éléphant, en nankin, avec sous-pieds de tresse de cuivre ; il avait.un puissant rotin de deux-cents francs à la main, et, comme il se permettait tout. une chose étrange appelée cigare, à la bouche. Rien n'étant sacré pour lui, il fumait.

Ce Tholomyès est étonnant, disaient les autres avec vénération. Quels pantalons ! quelle énergie !

Quant à Fantine, c'était la joie. Ses dents splendides avaient évidemment reçu de D'eu une fonction, le rire Elle portait à sa main plus volontiers que sur sa tête son petit chapeau de paille cousue, aux longues brides blanches. Ses épais cheveux blonds, encl.ns à flotter et facilement dénoués et qu'il fallait rattacher sans cesse, semblaient faits pour la fuite de Galatée sous les saules. Ses lèvres roses babillaient avec enchantement. Les coins de sa bouche voluptueusement relevés comme aux mascarons antiques d'Erigone, avaient l'air d'encourager les audaces ; mais ces longs cils pleins d'ombre s'abaissaient

---

I. Dịch-giả đây hãy dịch liều, chưa khảo xét được ra *châle ternaux boîteux* là cái gì.

Cậu *Blachevelle* thì hình như đã có tiền định, trời sinh ra mình chỉ để đến hôm chủ nhựt thì đi mang khăn tua cho cô *Favourite*.

Cậu *Tholomyès* đi theo sau, hình như đi chăn cả đàn. Cậu ta bấy giờ thật là vui-vẻ, nhưng mà vẫn ra cách vui người cai-quản ; trong cái vẻ tươi cười của cậu ta có cái vẻ chuyên-chế ; cách ăn mặc của c u hôm ấy, xuất-sắc hơn cả là một cái quần rộng ống (chân voi) bằng thứ vải gọi là Nam-kinh, có dây đồng tết luồn qua dưới đế giầy : tay cầm một cái gậy mây giá hai-trăm *francs*, miệng thì ngậm một cái gì kỳ-khu, gọi là xì-gà. Người này ra không kiêng gì hết, hút thuốc lá. Bọn kia ra cách khiêm cung mà khen rằng :

— Anh *Tholomyès* này thật là một người quái lạ ! Quần đâu có quần như kia ! nghị lực to lắm !

Còn như ả *Fantine* thì thật là vui-vẻ. Thì ra hai cái hàm răng xinh-đẹp của ả, trời đã phó cho một cái thiên-chức. chỉ để mà cười. Cái mũ nhỏ bằng rơm khâu lại, buộc dây thao dài mà trắng của cô thì cô thích cầm ở tay nhiều hơn là đội ở đầu. Tóc vàng mà tốt, ưa để xõa, hồ buộc lại tung ra, cứ phải luôn tay vơ lại, hình như tiền định để cho nàng đóng vai « *Galatée* chạy dưới bóng cây liễu ». Cặp môi son luôn luôn lắp-bắp thật là có duyên. Hai bên mép nhếch lên thật nhiều ý nhị, tự hồ những cái mặt nạ đời xưa tả chân-tướng nữ-thần *Erigone*. thật là dật dục vong nhân. Nhưng lại được hai nét lông mi thật dài, có vẻ trinh-thục, có vẻ nghiêm-trang, để chữa cái lẳng-lơ phía miệng. Trong cách ăn mặc của nàng có cái vẻ vui như ca vũ, nồng như lửa cháy. Cái áo thì bằng dương-mao nhẹ sắc tím, giầy đế cao mùi nâu

discrètement sur ce brouhaha du bas du visage comme pour mettre le holà. Toute sa toilette avait on ne sait quoi de chantant et de flambant. Elle avait une robe de barège mauve, de petits souliers, cohurnes mordorés dont les rubans traçaient des X sur son fin bas blanc à jour, et cette espèce de spencer en mousseline, invent on marseillaise, dont le nom, canezou, corruption du mot *quinze août* prononcé à la Canebière, signifie beau temps, chaleur et midi. Les trois autres, mo ns timides, nous l'avons dit, étaient décolletées tout net, ce qui, l'été, sous des chapeaux couverts de fleurs, a beaucoup de grâce et d'agacerie ; mais, à côté de ces ajustements hardis, le canezou de la blonde Fantine, avec ses transparences, ses indiscrétions et ses réticences, cachant et montrant à la fois, semblait une trouvaille provocante de la décence, et la fameuse cour d'amour, présidée par la vicomtesse de Cette aux yeux vert de mer, eût peut-être donné le prix de la coquetterie à ce canezou qui concourait pour la chasteté. Le plus naïf est quelquefois le plus savant. Cela arrive.

Eclatante de face, délicate de profil, les yeux d'un bleu profond ; les paupières grasses, les pieds cambrés et petits, les poignets et les chevilles admirablement emboîtés, la peau blanche laissant voir çà et là les arborescences azurées des veines, la

có lóng-lánh vàng, dây buộc thành hai hàng chữ X trên nền lất tơ trắng nõn lại có trổ hoa. Mình phía trên thì bận một thứ áo ngắn bằng vải trắng mỏng, do ở đất *Marseille* bày đặt ra, có tên thổ âm là *Canezou*, do tiếng *quinze-aout* (nghĩa là ngày mười-lăm tháng tám) đọc theo lối của người phố *Cannebière*, lấy nghĩa lạnh trời ấm-áp, tiết khí phương nam. Còn ba cô kia, ta đã nói, bạo dạn hơn, thì ăn bận hở-hênh thái quá, về mùa nực mà lại đội mũ kết hoa, thật là lẳng-lơ như giục tình như ghẹo mắt. Bên cạnh những người ăn mặc lẳng-lơ như thế thì cái áo ngắn mỏng của cô *Fantine* tóc đỏ, chỗ bóng lồng nom đến da, nơi cúc gài dối khép rồi lại hở. tự hồ một thuật lơ-lẳng tối tân, giả danh kín đáo, mà khiến người ta mê-mệt. Vì chăng có một cái trường thi làm đỏm nào, cũng như cái trường thi làm đỏm của bà *Celle* tử-tước phu-nhân mắt xanh như sắc nước biển, làm chủ ngày xưa, thì quyết hẳn cũng ban giải nhứt, cho cái áo ngắn này, vốn nó là cái áo dễ mặc lấy kín đáo, lấy thuần-nhã, mà ai hay lại có vẻ vô tình lơ-lẳng biết bao. Vậy mới biết nhiều khi thật-thà bằng cha quỉ-quái. Thế-gian đã từng thấy vậy.

Đứng trước mắt mà nhìn thì sân thẳn lồ-lộ, đứng bên mà nom ngang thì nét vẽ đan-thanh, mắt biếc nhìn vào như giếng thẳm, hai mi thì hụp như người ngủ kĩ mới dậy, cái cổ chàn bé nhỏ gọn-gàng; hai cổ tay, hai mắt-cá thật là khéo tiện đúng khớp; màu da trắng nõn, đầy đó dễ hở một vài áng gân xanh, vi-ti như những áng rêu xanh thả nước, cái má thật thà như má đứa nhi-đồng mà lại có vẻ tươi vẻ má, cổ thì mạnh như tượng thần *Junon* ở cù-lao *Egine*, cái gáy

joue puérile et fraîche, le cou robuste des Junons éginétiques, la nuque forte et souple, les épaules modelées comme par Coustou, ayant au centre une voluptueuse fossette visible à travers la mousseline ; une gaîté glacée de rêverie ; sculpturale et exquise ; telle était Fantine ; et l'on devinait sous ces chiffons et ces rubans une statue, et dans cette statue une âme.

Fantine était belle, sans trop le savoir. Les rares songeurs, prêtres mystérieux du beau, qui confrontent silencieusement toute chose à la perfection, eussent entrevu en cette petite ouvrière, à travers la transparence de la grâce parisienne, l'antique euphonie sacrée. Cette fille de l'ombre avait de la race. Elle était belle sous les deux espèces, qui sont le style et le rhythme. Le style est la forme de l'idéal ; le rhythme en est le mouvement.

Nous avons dit que Fantine était la joie ; Fantine était aussi la pudeur.

Pour un observateur qui l'eût étudiée attentivement, ce qui se dégageait d'elle à travers toute cette ivresse de l'âge de la saison et de l'amourette, c'était une invincible expression de retenue et de modestie. Elle restait un peu étonnée. Ce chaste étonnement-là est la nuance qui sépare Psyché de Vénus. Fantine avait les longs doigts blancs et fins

mạnh-mẽ mà mềm, hai vai hình như đã bởi tay nhà điêu-khắc *Coustou* nặn ra, khoảng giữa có một vùng thung-lũng nom qua vải bóng tưởng-tượng ra không biết bao nhiêu là sự khoái-lạc, một cách nói cười vui-vẻ mà nhìn gần nó lạnh như cuộc chiêm-bao; thật là một điệu người đáng khắc thành tượng, không biết bao nhiêu là ý vị. Đó là cô *Fantine*. Ở trong đống vải mỏng khâu lại thành áo ấy, trong đống dải chằng-chịt đó, mắt nhìn cho kỹ nom thấy bức tượng, mà trong bức tượng ấy có một cái linh-hồn.

Fantine đẹp mà không biết rõ là mình đẹp. Một vài nhà ưa thơ-thẩn, là những bậc đạo-sĩ cao tay chuyên thờ ông thần Đẹp, thường hay đem mọi sự mà sánh với cái tuyệt-mỹ, giả sử có nhìn đến cô thiếu-nữ đi làm ăn này mà chịu soi qua cái vẻ lịch-sự đất *Paris*, thì chắc cũng ngó thấy cái linh-hình cực-điểm mỹ-lệ của đời thượng-cổ. Ai ngờ con nhà không cha không mẹ, mà dạng vẻ có nòi. Gồm đủ cả hai thứ đẹp, đẹp ở cái vẻ người mà lại đẹp ở cái cách điệu. Vẻ là hình thức của cái tuyệt-mỹ; mà cách điệu là cái động-thể của tuyệt-mỹ vậy.

Trước ta đã nói *Fantine* chính là cái vui-vẻ. *Fantine* lại là cái nết-na trinh-thục nữa.

Giả sử có một người nào con mắt thật tinh đời, mà lại có ý nhìn kỹ *Fantine*, thì tuy rằng nàng đương tuổi trẻ say mê, lại gặp ngày hè đầm ấm, cùng với tình-lang đương vui thú cuộc ăn chơi, vậy mà trong dáng-điệu cũng vẫn có vẻ giữ-gìn, thủy-mị. Nàng hay động thì gì cũng ngạc-nhiên e-lệ. Cái ngạc-nhiên e-lệ đó, chính là cái đặc-sắc nó phân-biệt người gái tốt thuần-thục với người gái đẹp lơ-lang. *Fantine* ngón

de la vestale qui remue les cendres du feu sacré avec une épingle d'or. Quoiqu'elle n'eût rien refusé, on ne le verra que trop, à Tholomyès, son visage, au repos, était souverainement virginal ; une sorte de dignité sérieuse et presque austère l'envahissait soudainement à de certaines heures, et rien n'était singulier et troublant comme de voir la gaîté s'y éteindre si vite et le recueillement y succéder sans transition à l'épanouissement. Cette gravité subite, parfois sévèrement accentuée ressemblait au dédain d'une déesse. Son front, son nez et son menton offraient cet équilibre de ligne, très distinct de l'équilibre de proportion, et d'où résulte l'harmonie du visage ; dans l'intervalle si caractéristique qui sépare la base du nez de la lèvre supérieure, elle avait ce pli imperceptible et charmant, signe mystérieux de la chasteté qui rendit Barberousse amoureux d'une Diane trouvée dans les fouilles d'Icône.

L'amour est une faute ; soit. Fantine était l'innocence surnageant sur la faute.

IV

*Tholomyès est si joyeux qu'il chante
une chanson espagnole*

Cette journée-là était d'un bout à l'autre faite d'aurore. Toute la nature semblait avoir congé, et rire. Les parterres de Saint-Cloud embaumaient ; le

tay dài, xinh như thắp-bút mà trắng, thật là ngón tay của một vị sư-cô, sẽ rón cái mai vàng, mà xúc tro trên bình-hương thờ phật vậy. Tuy rằng đối với cậu *Tholomyès* thì nàng không bao giờ có từ chối điều gì, nhưng xem vẻ mặt những lúc nàng ngồi yên, thật là vẻ mặt một người thục-nữ. Nhiều lúc thình-lình nàng nghiêm nét mặt lại, hơi hơi khắc-nghiệt ; đang vui cười tự dưng biến hẳn sắc đi hóa ra người nghĩ-ngợi, ai có nhìn cũng phải ngạc-nhiên, cũng phải giật mình không hiểu nghĩa ra làm sao. Cái vẻ mặt bỗng nhiên đang tươi cười mà nghiêm-khắc lại đó, tự hồ một cách ơ-ợ của vị nữ-thần nào. Cái trán nàng, cái mũi nàng, cái cằm nàng, có một vẻ đều-đặn ở nét, khác hẳn với cái vẻ đều-đặn ở bề dài rộng cao thấp, nó khiến cho khuôn mặt hóa ra cực hòa-nhã thanh-tao. Nhân-trung của nàng chỉ hơi gọi là thấy bóng, như một nét vẽ vờn, như in cái nét nhân-trung của bức tượng thần *Diane* bởi được tại *Icône* mà đã khiến cho ông *Barberousse* phải tương-tư mê-mệt.

Ái-tình là một sự bất-chính. Đành vậy rồi. Nhưng nàng *Fantine* là một cái trinh-bạch vẫn nổi ở trên cái vũng ái-tình.

<h2 style="text-align:center">IV</h2>

Cậu Tholomyès quá vui
nên vịnh một bài ca nước Y-pha-nho

Hôm ấy thật là một ngày từ sáng đến tối lúc nào cũng vui vẻ như lúc vừng đông mới rạng. Hết thảy muôn vật trong thiên-địa gian, hình như cùng được nghỉ để mà cười. Trong vườn *Saint-Cloud* trăm nghìn thức hoa

souffle de la Seine remuait vaguement les feuilles ;
les branches gesticulaient dans le vent ; les abeilles
mettaient les jasmins au pillage ; toute une bohème
de papillons s'ébattait dans les achillées, les trèfles
et les folles avoines ; il y avait dans l'auguste parc
du roi de France un tas de vagabonds, les oiseaux.

Les quatre joyeux couples, mêlés au soleil, aux
champs, aux fleurs, aux arbres, resplendissaient.

Et, dans cette communauté de paradis, parlant,
chantant, courant, dansant, chassant aux papillons,
cueillant des liserons, mouillant leurs bas à jour
roses dans les hautes herbes, fraîches folles, point
méchantes, toutes recevaient un peu çà et là les bai-
sers de tous, excepté Fantine, enfermée dans sa
vague résistance rêveuse et farouche, et qui aimait. —
Toi, lui disait Favourite, tu as toujours l'air chose.

Ce sont là les joies. Ces passages de couples heu-
reux sont un appel profond à la vie et à la nature, et
font sortir de tout la caresse et la lumière. Il y avait
une fois une fée qui fit les prairies et les arbres ex-
près pour les amoureux. De là cette éternelle école
buissonnière des amants qui recommence sans cesse
et qui durera tant qu'il y aura des buissons et des
écoliers. De là la popularité du printemps parmi les

đua nở, thơm tho cả một góc trời. Ngọn gió sông *Seine*
đưa lên ào ào động lá, những cành cây như múa nhởn
nhơ trước gió; lũ ong thi nhau cướp nhị hoa nhài; từng
đàn bướm sô nhau vào các bụi cúc, các bụi hoa mục-
túc và những luống duệ-mạch dương phất-phơ hoa
nở; trong vườn ngự-uyển của nhà vua nước Pháp, lúc
ấy cũng chẳng ai ngăn rào được các giống chim.

Bốn cặp vui-vẻ kia, đi lộn vào chỗ bóng nắng, vào
ruộng đồng, cùng với hoa lá. cỏ cây, thật là rực-rỡ.

Trong cuộc chung đụng nhau ở cảnh cực-lạc thế-giới,
nào thì nói, nào thì hát, nào thì chạy, nào thì nhảy múa,
người đi bắt bướm, kẻ đi hái hoa ; xông pha cỏ ướt
nước vào sũng cả bít-tất mũi dào; cô nào cô nấy tươi
như mớ rau vừa hái, sặc-sỡ như thể người điên, lấy sự
dễ dàng nhẹ-nhã làm thân, bấy nhiêu cô giờ má cho
bấy nhiêu cậu cũng hôn khắp lượt, duy chỉ có cô *Fantine*
là vẫn cứ một niềm thủ hiểm ở trong cái thái-độ đoan-
chính, có chiều ngần-ngợ, lại có chiều dễ bẳn, khăng
khăng thủ tiết cùng ai. — Dĩ chí cô *Favourite* phải chê
rằng : — Chị này thì lúc nào cũng cứ tiu-nguỷu như
thế vậy.

Đấy là những cuộc vui. Ai mà nhìn thấy những cặp
thỏa-thuê sung-sướng như thế kéo nhau đi qua mặt, lại
chẳng như là có ai gợi tấm lòng, bắt ta phải mến đời,
phải chiều lòng tạo-vật ; mọi sự đều như vuốt-ve ta, mọi
sự đều nảy ra khi sáng. Thì ra ngày xưa có một cô tiên
đã bắt cái quyết hóa nên những bãi cỏ xanh, những cây
rợp bóng, để riêng cho bọn khách hữu-tình. Bởi cái căn-
do ấy mà bao giờ khách tri-âm cũng vẫn ưa những cuộc
vui trong bụi, nay hết cuộc này mai lại thưởng cuộc
kia, còn nước còn non, còn có cỏ cây nên bụi, còn có

penseurs. Le patricien et le gagne-petit, le duc et pair et le robin, les gens de la cour et les gens de la ville, comme on parlait autrefois, tous sont sujets de cette fée. On rit, on se cherche, il y a dans l'air une clarté d'apothéose, quelle transfiguration que d'aimer ! Les clercs de no aire sont des dieux. Et les petits cris, les poursuites dans l'herbe, les tailles prises au vol, ces jargons qui sont des mélodies, ces adorations qui éclatent dans la façon de dire une syllabe, ces cerises arrachées d'une bouche à l'autre, tout cela flamboie et passe dans des gloires célestes. Les belles filles font un doux gaspillage d'elles mêmes. On croit que cela ne finira jamais. Les philosophes, les poètes, les peintres regardent ces extases et ne savent qu'en faire, tant cela les éblouit. Le départ pour Cythère ! s'écrie Watteau ; Lancret, le peintre de la roture, contemple ses bourgeois envolés dans le bleu ; Diderot tend les bras à toutes ces amourettes, et d'Urfé y mêle des druides.

Après le déjeuner les quatre couples étaient allés voir, dans ce qu'on appelait alors le carré du roi, une plante nouvellement arrivée de l'Inde, dont le nom nous échappe en ce moment, et qui à cette époque attirait tout Paris à Saint-Cloud ; c'était un bizarre et charmant arbrisseau haut sur tige, dont

học-trò, thì còn là rủ nhau cộng thưởng thú vui. Bởi đó mà nhà tư-tưởng bao giờ cũng vẫn mến mùa xuân. Từ người quí-tộc cho đến kẻ làm công ; từ bậc công-khanh cho đến kẻ làm tiểu-lại ; từ người mũ cao áo dài cho đến kẻ bình-dân, ai là chẳng làm đệ-tử cô tiên ấy. Cùng nhau cười ha-hả, vừa ở đấy đã tìm nhau đâu đấy, trên không-trung tự hồ rực-rỡ ánh hào-quang, lạ cho cả ái-tình nó khéo đổi dạng thay hình cả vũ-trụ ! Mấy anh thư-kí nhà luật-sư bỗng hóa ra các bậc thần. Kêu y-oé, đuổi trên bãi cỏ, dày một cái lưng ong, tự dưng gặp cánh tay ập lại, đó bao nhiêu những tiếng nước nào, mà nghe cũng hóa văn chương ca điệu ; một tiếng một vần mà như cả câu kinh tụng niệm ; miệng chúm-chím mớm cho nhau từng quả anh-đào, những cảnh ấy đều là rực-rỡ, hình như nhập cả vào với những cảnh quang-minh trời đất. Các ả thiếu-nữ đem mình mà phao-phí cho trai, tưởng chừng như cuộc vui không có bao giờ là hạn. Nhà triết-học, nhà thi-sĩ, nhà họa-sĩ thấy những cảnh mê-lạc ấy thì cũng chỉ đến giương mắt nhìn mà thôi, chứ nào đã biết lợi-dụng mà làm gì, cũng bởi là nó sáng quá, các tiên-sinh cũng quáng mắt. Ông *Watteau* (tên nhà danh-họa) bất quá cũng chấm nên bức tranh « Rủ nhau sang bến *Cythère* » ! ông *Lancret*, là một nhà họa-sĩ ưa vẽ những cảnh nhà lê-dân bần-tiện, bất quá cũng lại ngẩy ra mà ngắm lũ « trưởng-giả bay lên mây xanh » ; ông *Diderot* (tên nhà triết-học) cũng sẵn lòng giơ khuỷu tay ra mà đón lấy những cảnh thương-yêu ấy ; mà ông *d'Urfé* (tên một nhà thi-sĩ) thì lại còn thêm bọn giáo-đồ vào nữa.

Ăn xong bữa trưa rồi, bốn cặp dắt nhau vào chỗ khu vườn gọi là « khu vườn riêng của vua » để xem một thứ

les innombrables branches fines comme des fils, ébouriffées, sans feuilles, étaient couvertes d'un million de petites rosettes blanches ; ce qui faisait que l'arbuste avait l'air d'une chevelure pouilleuse de fleurs. Il y avait toujours foule à l'admirer.

L'arbuste vu, Tholomyès s'était écrié : J'offre des ânes ! et, prix fait avec un ânier, ils étaient revenus par Vanves et Issy. A Issy, incident. Le parc, Bien National possédé à cette époque par le munitionnaire Bourguin, était d'aventure tout grand ouvert. Ils avaient franchi la grille, visité l'anachorète mannequin dans sa grotte, essayé les petits effets mystérieux du fameux cabinet des miroirs, lasc f traquenard digne d'un satyre devenu millionnaire ou de Turcaret métamorphosé en Priape. Ils avaient robustement secoué le grand filet balançoire attaché aux deux châtaigniers, célébrés par l'abbé de Bernis. Tout en y balançant ces belles l'une après l'autre, ce qui faisait, parmi les rires universels, des plis de jupe envolée où Greuze eût trouvé son compte, le toulousain Tholomyès, quelque peu espagnol[1], Toulouse est cousine de Tolosa, chantait sur une mélopée mélancolique, la vieille chanson *gallega* probablement

---

1. *Turcaret* là tên người chủ động một bài hài kịch, dịch giả đã dịch đăng ở Đông-Dương Tạp-Chí rồi.

cây vừa đem từ nước Ấn-độ sang nước Pháp, hiện
trước-giả quên tên cây ấy, thử thời bao nhiêu người
kinh-thành kéo nhau cả đến *Saint-Cloud* mà coi. Cây ấy
hình-tượng kì-khu mà xinh đẹp, thân cây thì cao, nhiều
cành nhỏ mà dài như thể những sợi dây vò rối, không
có lá, mà đầy đặc những hoa trắng ; nhác nom tự hồ
một cái đầu bù đầy những chấy (chí) trắng vậy. Xung
quanh cái cây lạ đó, lúc nào cũng đông người đứng
xem.

Khi đã xem xong cây lạ rồi, *Tholomyès* nói : Tôi xin
biếu các anh chị một cuộc cưỡi lừa đi chơi nào ! Nói
đoạn mà-cả ngay với một tên lái lừa, rồi cùng nhau
cưỡi lừa ra đi theo lối *Vanves* và *Issy* mà trở về. Đến *Issy*
có xẩy ra một việc. Số là chỗ công-viên làng ấy, vốn
trước đã đăng vào sổ Quốc-dân công-sản, sau bán cho
một nhà đại phú-hộ kia, làm nghề chế thuốc-đạn, tên
gọi là *Bourgin*, hôm ấy không biết vì cớ gì cửa ngõ mở
toang cả cho thiên-hạ ra vào tự tiện. Bọn này đi qua
chấn-song, vào chỗ hang đá thăm người ẩn sĩ bằng rơm
ở đó, rồi lại vào chỗ phòng riêng bày những gương soi
lệch mặt, để mà cười với những bóng lùn bóng cao méo-
mó, thật là một trò chơi lơ-lẳng xứng-đáng với chủ-
nhân, ông vốn là một đứa dâm cuồng đê tiện, bỗng
nhiên đã hóa nhà giàu, một anh Tục-ca-lệ (1) tự dưng
đã hóa ra thần *Pirape*. Nhân ở đó có một cỗ võng, mắc
ở hai cây hạt-giẻ, mà ông thầy-dòng *Bernis* đã vịnh nên
thơ, bọn này víu lấy rồi cho bốn cô đánh đu lần lượt.
Khanh-khách tiếng cười, phủ-phủ vạt áo, giả sử có ông
Greuse ở đấy chắc rằng đã vẽ nên tranh. Cậu *Tholomyès*
vốn người *Toulouse*, cũng đá Y-pha-nho đôi chút bởi vì
Toulo..se với *Tolosa* nghe cũng hơi có họ hàng, cho nên

inspirée par quelque belle fille lancée à toute volée sur une corde entre deux arbres :

> Soy de Badajoz.
> Amor me llama.
> Toda mi alma.
> Es en mi ojos.
> Porque enseñas
> A tus piernas.

Fantine seule refusa de se balancer.

— Je n'aime pas qu'on ait du genre comme ça, murmura assez aigrement Favourite.

Les ânes quittés, joie nouvelle ; on passa la Seine en bateau, et de Passy, à pied, ils gagnèrent la barrière de l'Etoile. Ils étaient, on s'en souvient, debout depuis cinq heures du matin ; mais, bah ! *il n'y a pas de lassitude le dimanche, disait Favourite, le dimanche, la fatigue ne travaille pas.* Vers trois heures les quatre couples, effarés de bonheur, dégringolaient aux montagnes russes, édifice singulier qui occupait alors les hauteurs Beaujon et dont on apercevait la ligne serpentante au-dessus des arbres des Champs-Élysées.

De temps en temps Favourite s'écriait :

Et la surprise ? je demande la surprise.

— Patience, répondai Tholomyès.

ngẫu hứng mà hát bài hát *galléga* sau này, ý chừng cũng bởi một cô thiếu-nữ nào đánh đu bồng lắm mà nên câu hát :

Tôi vốn người bên Badajos.
Vì tình đun-đủi sang đây.
Bao nhiêu tình-cảm lòng này.
Ở cả trong con mắt,
Bởi vì ai đã khéo đưa chân.

Duy có cô *Fantine* là không chịu đánh đu. *Favourite* tức-giận mà gay-gắt rằng :

— Chị này cũng làm bộ lắm !

Khi cưỡi lừa chán, trả iền cho lái đi rồi, lại có cuộc vui khác. Đi thuyền qua sông *Seine* rồi từ *Passy* đi bộ về cửa ô *Etoile*. Hôm ấy họ thức dậy đi chơi từ năm giờ sáng. Nhưng theo lời cô *Favourite* nói thì *ngày chủ-nhựt không có mệt. Chủ-nhựt cái mặt nó cũng nghỉ.* Chừng độ ba giờ chiều, bốn cặp chơi đã thỏa thuê chê chán, lại còn lên cưỡi xe máy gọi là « Núi nước Nga » lên cao rồi lại xuống thấp, thời ấy là một chỗ hí-trường xây theo kiểu lạ, ở trên đống cao *Beaujon*, đứng mà ngắm qua những ngọn cây đường *Champs-Elysées* thì thấy nó lù-lù, lớp cao lớp thấp, liền tiếp nhau như thể khúc rắn vậy.

Thỉnh-thoảng cô *Favourite* lại giục :

— Thế còn cái gì ngẫu-nhiên các anh hẹn chúng tôi đâu ?

Tholomyès nói :

— Thư thư một chút.

V

Chez Bombarda

Les montagnes russes épuisées, on avait songé au dîner ; et le radieux huitain, enfin un peu las, s'était échoué au cabaret Bombarda, succursale qu'avait établie aux Champs-Elysées ce fameux restaurateur Bombarda, dont on voyait alors l'enseigne rue de Rivoli à côté du passage Delorme.

Une chambre grande, mais laide, avec alcôve et lit au fond (vue la plénitude du cabaret le dimanche, il avait fallu accepter ce gîte), deux fenêtres d'où l'on pouvait contempler, à travers les ormes le quai et la rivière ; un magnifique rayon d'août effleurant les fenêtres ; deux tables ; sur l'une une triomphante montagne de bouquets mêlés à des chapeaux d'hommes et de femmes ; à l'autre les quatre couples, attablés autour d'un joyeux encombrement de plats, d'assiettes, de verres et de bouteilles ; des cruchons de bière mêlés à des flacons de vin ; peu d'ordre sur la table, quelque désordre dessous ;

> Ils faisaient sous la table
> Un bruit, trique-trac de pieds éprouvantable

dit Molière.

Voilà où en était vers quatre heures et demie du soir la bergerade commencée à cinq heures du matin. Le soleil déclinait, l'appétit s'éteignait.

Les Champs-Elysées, pleins de soleil et de foule, n'étaient que lumière et poussière, deux choses dont

V

Ở tiệm Bombarda

Trèo Núi nước Nga chán rồi, mới nhớ đến bữa ăn tối. Bấy giờ tám người mới hơi thấy nhọc, bèn đến mắc cạn ở quán *Bombarda*, đó là chi-quán của tiệm ăn cùng hiệu như thế, chính quán ở đường *Rivoli*, thời ấy còn treo biển ở bên ngõ *Delorme*.

Một cái phòng thật rộng mà xấu-xí, trong cùng lại có chái kè giường lậm phòng ngủ. (Chủ-nhựt khách đông cho nên đành phải vào ăn ở trong chái ấy vậy); hai cái cửa sổ, đứng trong nhìn ra qua bóng những cây du-du nom thấy bờ sông và thấy nước ; bóng mặt trời ngày tháng tám sáng-sủa đầm-ấm, khi ấy còn tà vào cửa sổ. Hai cái bàn bày, một cái hoa từng bó chất lên thành núi, để lẫn với một đống mũ đàn-ông và đàn-bà. Còn cái bàn kia thì bốn cặp này ngồi vào xung quanh một cỗ đầy ngồn-ngang những đĩa bát, cốc và chai ; mấy hũ rượu bọt xen vai với mấy ve rượu nho. Trên bàn thì không có trật-tự gì, mà dưới gầm bàn thì hơi hỗn-độn. Lại nhớ đến hai câu thơ của ông *Molière :*

> *Kìa, kìa ai đạp chân nhau,*
> *Tiếng giày sột-sạt ở dâu gậm bàn.*

Cái cuộc du-hí khởi từ năm giờ sáng, đến chừng bốn giờ rưỡi chiều thì nó đã xoay ra như thế đó. Mặt trời đã xế, bụng lại thấy đói cả rồi (nguyên văn là : *sự đói đã thấy tắt !*)

Đường *Champs-Elysées* đầy những ánh nắng và người qua lại, thật là một quang-cảnh chỉ có ánh sáng và bụi

se compose la gloire. Les chevaux de Marly, ces marbres hennissants, se cabraient dans un nuage d'or. Les carrosses allaient et venaient. Un escadron de magnifiques gardes du corps, clairon en tête, descendait l'avenue de Neuilly ; le drapeau blanc, vaguement rose au soleil couchant, flottait sur le dôme des Tuileries. La place de la Concorde, redevenue alors place Louis XV, regorgeait de promeneurs, contents. Beaucoup portaient la fleur de lys d'argent suspendue au ruban blanc moiré qui, en 1817, n'avait pas encore tout à fait disparu des boutonnières. Çà et là, au milieu des passants faisant cercle et applaudissant, des rondes de petites filles jetaient au vent une bourrée bourbonienne alors célèbre, destinée à foudroyer les Cent-Jours, et qui avait pour ritournelle :

> Rendez-nous notre père de Gand,
> Rendez-nous notre père.

Des tas de faubouriens endimanchés, parfois même fleurdelysés comme les bourgeois, épars dans le grand carré et dans le carré Marigny, jouaient aux bagues et tournaient sur les chevaux de bois ; d'autres buvaient ; quelques-uns, apprentis imprimeurs, avaient des bonnets de papier ; on entendait leurs rires. Tout était radieux. C'était un temps de paix incontestable et de profonde sécurité royaliste ; c'était l'époque où un rapport intime et spécial du préfet de police Anglès au roi sur les faubourgs de

mù (hai thứ ấy chính là hai cái bộ-phận cốt yếu của cuộc vinh-quang). Pho tượng ngựa lồng của ông *Couslou*, đề là *Les chevaux de Marly*, thật là một lũ ngựa đá mà như gầm như thét, lúc ấy tự-hồ đương cất lồng lên ở trong một áng mây vàng. Khách xa-mã vãng lai dộn-dịp. Một đội lính hộ thân rực-rỡ, kèn thổi đi trước, đương từ đường *Neuilly* mà xuống. Ngọn cờ trắng nhà vua, về buổi chiều hôm, tự-hồ như sắc hồng-hồng đương phất-phới trên cái chỏm nóc diện *Tuileries*. Chỗ khoảng rộng *Place de la Concorde*, thời ấy lại gọi tên như cũ là *Place Louis XV*, chật ních những kẻ đi dong chơi đắc chí. Nhiều người đeo bội-tinh hoa bách-hợp bạc, buộc bằng giải trắng có vân, năm 18 7, thứ bội-tinh ấy hãy còn đeo nhan-nhản. Đó đây còn có những đám đông đứng vỗ tay, xung-quanh mấy đứa con gái hát bài ca-tụng nhà *Bourbon*, mỉa-mai đế-chính khôi-phục được trăm ngày rồi lại mất. Trong bài ca ấy có hai câu láy đi láy lại sau này :

(Xem bên Pháp-văn, dịch ra không có ý-vị gì).

Những kẻ thợ-thuyền diện áo quần chủ-nhựt, có người cũng đeo hoa bách-hợp như bọn phú-hộ, lũ lượt kéo nhau hoặc ở trong chỗ gọi là khu-vuông lớn, hoặc ở chỗ khu-vuông *Marigny*, người thì đánh đáo vòng sắt, kẻ thì trèo ngựa gỗ ; có người thì vào uống rượu các hàng ; có một vài anh tập sự nghề in chữ, đội mũ giấy đi chơi. Đâu đấy cười om ngoài đường cái. Phố-xá thật là vui-vẻ rực-rỡ. Thời ấy thật là một thời buổi thái-bình, vương-chính coi có bề bền-vững lắm. Chính độ ấy quan phủ-doãn *Anglès* làm sớ mật tấu về tinh-hình những dân lao-động, trong sớ có một đoạn nói rằng : « Muôn tâu,

Paris se terminait par ces lignes : « Tout bien con-
« sidéré, sire, il n'y a rien à craindre de ces gens-là.
« Ils sont insouciants et indolents comme des chats.
« Le bas peup'e des provirces est remuant, celui de
« Paris ne l'est pas Ce sont tous petits hommes.
« Sire, il en fau Irait deux bout à bout pour fa re un
« de vos grenadiers. Il n'y a point de crainte du côté
« de la populace de la capitale. Il est remarquable
« que la taille a ercore décru dans cette population
« depuis cinquante ans ; et le peuple des fabourgs
« de Paris est plus pe'it qu'avant la révolution. Il
« n'est point dangereux. En somme, c'est de la
« canaille, bonne ».

Qu'un chat puisse se changer en lion, les préfets de
police ne le croient pas poss ble ; celà est pourtant,
et c'est là le miracle du peuple de Paris. Le chat
d'ailleurs, si méprisé du comte Ar glès, avait l'estime
des républiques antiques ; il incarnait à leurs yeux
la liberté, et, comme pour servir de pendant à la
Minerve aptère du Pirée, il y avait sur la place
publique de Corinthe le colosse de bronze d'un
chat. La police naïve de la restauration voyait trop
« en beau » le peuple de Paris, Ce n'est point, autant
qn'on le croit, de la « canaille bonne ». Le parisien
est au français ce que l'athénien était au grec ; per-
sonne ne dort mieux que lui, pesonne n'est plus

« cứ xét cho kỹ tình thế, thì Nhà-Vàng thật không cần
« phải lo ngại điều gì cả. Những quần ấy thật là vô-ưu
« vô-lự, mà lại ưa sự an-nhàn như thể giống mèo vậy.
« Những hạng lê-dân ở các tỉnh thì hay bạo-động, mà
« lê-dân ở kinh-thành thì thật là hiếu tĩnh. Vả chúng
« nó toàn là những người thấp bé, phải chắp hai đứa
« lại mới cao được bằng một tên lính ngự-lâm ném
« trái nổ. Vậy thì về phần hạ-lưu dân-đẳng trong kinh-
« thành, không có việc gì phải lo hết. Có một điều mắt
« nom thấy, là trong vòng năm mươi năm nay, những
« kẻ lê-dân mình-mẩy thấp bé đi nhiều, mà về các vùng
« ngoại-ô thành *Paris* thì nghiệm ra người làm ăn thật
« là bé nhỏ hơn những người về thời chưa có cách-
« mệnh. Nói tổng lại thì thật là một dân si ngốc, dễ
« khiến lắm ».

Thì ra các quan phủ-doãn thường không tin được
rằng mèo có thể hóa ra sư-tử được. Vậy mà sự biến hóa
ấy quả có, đấy chính là cái phép lạ của dân thành *Paris*
vậy. Vả lại, giống mèo, tuy rằng ông *Anglès* bá-tước
khinh là hèn, mà xét trong sử ký thì các dân-quốc thời
thái-cổ Hy-lạp nghe đâu lại trọng, mà tôn cho nó làm
tiêu-biểu của nghĩa tự-do. Như ở chốn công-viên thành
Corinthe nước Hy-lạp ngày xưa có một pho tượng đồng
Mèo để đối với pho tượng thần *Minerve* không có cánh
ở ngoài hải-cảng *Pirée*. Thì ra các quan coi việc liêm-
phóng của nhà vua mới phục-quốc hơi quá lạc-quan
một chút. Chứ lê-dân ở đất *Paris* không phải là một bọn
« si-ngốc dễ khiến » như thế đâu. Ngày xưa người Nhã-
điển đối với cả dân-tộc Hy-lạp thế nào thì ngày nay
người đất *Paris* đối với dân-tộc nước Pháp cũng như
thế. Không ai ngủ kỹ cho bằng, không ai hay ăn hay

franchement frivole et paresseux que lui, personne
mieux que lui n'a l'air d'oublier ; qu'on ne s'y fie
pas pourtant. Il est propre à toute sorte de noncha-
lance, mais, quand il y a de la gloire au bout, il est
admirable à toute espèce de furie. Donnez-lui une
pique, il fera le 10 août ; donnez-lui un fusil, vous
aurez Austerlitz. Il est le point d'appui de Napoléon
et la ressource de Danton. S'agit-il de la patrie ? il
s'enrôle ; s'agit-il de la liberté ? il dépave. Gare ! ses
cheveux pleins de colère sont épiques ; sa blouse
se drape en chlamyde Prenez garde. De la première
rue Grenéta venue, il fera des fourches caudines.
Si l'heure sonne, ce faubourien va grandir, ce petit
homme va se lever, et il regardera d'une façon
terrible, et son souffle deviendra tempête, et il sor-
tira de cette pauvre poitrine grêle assez de vent pour
déranger les plis des Alpes. C'est grâce au faubou-
rien de Paris que la révolution, mêlée aux armées,
conquiert l'Europe. Il chante, c'est sa joie. Propor
tionnez sa chanson à sa nature, et vous verrez !
Tant qu'il n'a pour refrain que la Carmagnole,

---

1. — 10 Août 1792 là một ngày kỷ-niệm trong buổi cách-mệnh nước
Pháp.

chơi, không ai thích an-nhàn cho bằng, không ai ra
dáng hay quên cho bằng. Vậy mà chớ vội khinh thường
họ lắm. Họ thật ưa ăn chơi ngồi rồi, mà đến lúc làm
thời lại được thấy một chút vinh-hiển ở trước nhỡn-
giới, thì cái nết ưa nhàn bỗng đổi ngay ra một nết hùng
dũng không ai sánh kịp. Đưa vào tay cho họ một ngọn
giáo xem họ có làm nổi ngay một việc mùng mười tháng
tám nữa không (1); đưa vào tay cho họ một khẩu súng
xem họ có đánh nổi ngay một trận *Austerlitz* nữa không?
Nã-phá-luân hoàng-đế dựng thành cơ-nghiệp là nhờ ở
dân kinh-thành; mà ông *Danton* sở-dĩ nên đại thế-lực
trong một thời, cũng là nhờ có dân kinh-thành *Paris* đó.
Đem nghĩa quê-hương ra mà nói, thì bao nhiêu quân-
lính cũng mộ được; đem nghĩa tự-do ra mà nói, thì bao
nhiêu đá lát ở kinh-thành, họ cũng nạy được cả lên mà
làm chiến-lũy để cách-mệnh đối với kẻ đương-quyền.
Khéo đấy! đừng có tin chi những cái hiền-lành của họ
lâm-thời thì cái đầu bù kia sẽ thành ra tóc dựng ngược
để mà xông pha đất trận. Khéo đấy! đừng có tin chi
những cái hiếu nhàn của họ; làm-thời thì một phố
Grenéta, họ làm ngay ra một chỗ quyết-chiến như nơi
đường hiểm của La-mã ngày xưa gọi là *Fourches Cau-
dines*. Khi nào thời-vận đảo đầu thì cái anh cố-công ở
Paris thành ngoại bé nhỏ kia, thành ngay ra một người
to lớn, đương ngồi đứng phứt ngay dậy, hai con mắt
bỗng hóa đồ lửa mà nhìn; hơi thở của họ bỗng thành
ra trận gió to lay núi đảo sông. Sở-dĩ nước Đại-pháp sau
thời cách-mệnh cùng với quân tướng nước Pháp mà
chiếm được cả Âu-châu, cũng là nhờ ở tụi lê-dân *Paris*
thành-ngoại. Họ hay hát, vì hát là cái vui của họ. Nhưng
nếu đem bài hát của họ mà lựa cho đúng nghĩa với

il ne renverse que Louis XVI ; faites-lui chanter
la Marseillaise, il délivrera le monde.

Cette note écrite en marge du rapport Anglès,
nous revenons à nos quatre couples. Le dîner,
comme nous l'avons dit, s'achevait.

VI

Chapitre où l'on s'adore

Propos de table et propos d'amour ; les uns sont
aussi insaisissables que les autres; les propos d'amour
sont des nuées, les propos de table sont des fumées.

Fameuil et Dahlia fredonnaient ; Tholomyès bu
vait ; Zéphine riait, Fantine souriait. Listolier souf-
flait dans une trompette de bois achetée à Saint-
Cloud. Favourite regardait tendrement Blachevelle
et disait :

— Blachevelle, je t'adore.

Ceci amena une question de Blachevelle :

— Qu'est ce que tu ferais, Favourite, si je cessais
de t'aimer ?

— Moi ! s'écria Favourite Ah ! ne dis pas cela,
même pour rire ! Si tu cessais de m'aimer, je te
sauterais après, je te grifferais, je te grafignerais, je
te jetterais de l'eau, je te ferais arrêter.

thời-thế, với cái chí-khí của họ thì rồi xem ! Dân nước Pháp còn hát bài *Carmagnole* mà thôi, thì chỉ vật nổi được có một ông vua *Louis XVI*. Đem bài *Marseillaise* cho họ hát, thì họ giải-thoát được cho cả thế-giới.

Đầy là bình-phẩm về một đôi câu về đạo mật-sớ của ông phủ-doãn *Anglès*. Bình-phẩm xong, xin lại nói chuyện về bốn cặp đi du-xoan hôm chủ-nhựt ấy.

Bữa cơm chiều của tám người lúc ấy gần xong.

VI

Yêu nhau đến thế mới là

Câu chuyện ngồi ăn, với câu chuyện trai gái. Hai thứ chuyện ấy cùng viển-vông như nhau cả. Chuyện trai gái thì tự hồ đám mây, mà chuyện khách đồng-tịch thì tự hồ đám khói.

Cậu *Fameuil* với cô *Dahlia* thì ăn xong ngồi hòa thanh sẽ hát với nhau ; cậu *Tholomyès* thì ngồi uống rượu ; cô *Zéphine* thì cười sằng-sặc ; cô *Fantine* thì cười chúm-chím. Cậu *Listolier* thì nhân có mua được cái kèn bằng gỗ ở *Saint-Cloud* ngồi thổi. Cô *Favourite* thì đưa con mắt rất yêu-thương nhìn cậu *Blachevelle*, rồi nói :

— *Blachevelle* ơi, tớ yêu mình

Cậu này nhân nghe câu nói mặn-mà ấy, hỏi tình-nương rằng :

— *Favourite* ơi, tớ hỏi : Ví bằng tớ không yêu mình nữa thì mình làm thế nào ?

-- Em ấy à ! xin anh đừng nói thế. Nói rỡn cũng đừng ! Nếu mà anh không yêu em nữa, thì em nhầy sổ vào mà nắm lấy anh, thì em vả cho anh vào mặt, em cào cái mặt kia ra, em lấy nước em rội vào đầu, em kêu ông cò đội-xếp bắt anh.

Blachevelle sourit avec la fatuité voluptueuse
d'un homme chatouillé à l'amour propre. Favourite
reprit :

— Oui, je crierais à la garde ! Ah ! je me gênerais
par exemple ! Canaille !

Blachevelle, extasié se renversa sur sa chaise et
ferma orgueilleusement les deux yeux.

Dahlia, tout en mangeant, dit bas à Favourite
dans le brouhaha :

— Tu l'idolâtres donc bien, ton B'achevelle ?

— Moi, je le déteste, répondit Favourite du même
ton en ressaisissant sa fourchette. Il est avare.
J'aime le petit d'en face de chez moi. Il est très
bien ce jeune homme là, le connais-tu ? On voi
qu'il a le genre d'être acteur. J'aime les acteurs.
Sitôt qu'il rentre, sa mère dit : — Ah ! mon Dieu !
ma tranquillité est perdue. Le voilà qui va crier.
Mais, mon ami, tu me casses la tête ! — Parce qu'il
va dans la maison, dans des greniers à rats, dans des
trous noirs, si haut qu'il peut monter, et chanter,
et déclamer, est-ce que je sais, moi ? qu'on l'entend
d'en bas ! Il gagne déjà vingt sous par jour chez un
avoué à écrire de la chicane. Il est fils d'un ancien
chantre de Saint-Jacques-du-Haut-Pas. Ah ! il est très
b'en. Il m'idolâtre tant qu'un jour qu'il me voyait
faire de la pâte pour des crêpes, il m'a dit : *mam'-
selle, faites des beignets de vos gants et je les man-
gerai*. Il n'y a que les artistes pour dire des choses

Cậu *Blachevelle* nghe câu nói hung tợn mà toại lòng, mà thích chí. *Favourite* lại nói :

-- Ư, hễ anh mà bỏ em, thì em kêu lính canh lại cứu. Chứ em đây nào có để yên. Đồ chó !

Cậu *Blachevelle* nghe câu nói như vào cơn mê-lạc, ngồi ưỡn trên ghế, lim-dim hai mắt lại.

Cô *Dahlia* thì vừa ăn vừa ghé hỏi thầm cô *Favourite* :

-- Vậy ra chị yêu anh *Blachevelle* nhiều thế kia ư ?

Cô *Favourite* bấy giờ lại nhớ đến cuộc ăn đương dở, bèn cầm lấy dĩa đã bỏ xuống rồi, mà trả lời rằng :

— Em ấy à ! Em ghét nó vô cùng, Nó keo nó bần. Em yêu là yêu cái gã bé người ở bên ngay cửa nhà em. Người ấy khấu lắm, chị biết hắn không ? Thoạt nhìn đã biết là nhà diễn-kịch. Em ưa nhà diễn-kịch. Anh ta đi đâu về, thì mẹ la trời ơi, con tôi đã về, thôi thì mất ăn mất ngủ, nó sắp kêu như lệnh vỡ. Con ơi im đị chẳng mẹ nhức đầu ! -- Bởi vì anh ta về đến nhà thì đi tìm ngay chỗ nào cao nhứt, những nơi hang chuột sà nhà, những chỗ tối đen sâu hoắm, rồi thì đứng hát, đứng mần tuồng những câu gì nào em biết được. Đứng tận dưới cũng nghe mồn-một. Anh ta bấy nhiêu tuổi đầu mà đã đi viết đơn kiện cho người ta ở nhà luật-sĩ, mỗi ngày kiếm được hai hào rồi. Nguyên cha để ra anh ta ngày trước đi hát lễ ở nhà thờ *Saint Jacques-du-Haut-pas*. Người ấy giỏi trai lắm, chị ạ. Anh ta phải lòng em, một hôm anh ta nhận thấy em đương làm bột để sào bánh chuối, anh ta gọi em mà bảo : *Cô ơi, c lấy bao tay kia mà cháng bánh, để tôi xin ăn*. Phàm chỉ có những bậc tài hoa mới nói nổi những câu như thế. Anh ta giỏi trai thật-sự. Em đương mê như cuồng như dại. Thật

comme ça. Ah ! il est très bien, je su's en train d'être insensée de ce peti'-là. C'est égal, je dis à Blachevelle que je l'adore. Comme je mens ! Hein ? comme je mens !

Favourite fit une pause, et continua.

— Dahl a, vois-tu, je suis triste. Il n'a fait que pleuvoir tout l'été, le vent m'agace, le vent ne décolère pas, Blachevelle est très pingre, c'est à peine s'il y a des petits pois au marché, on ne sait que manger, j'ai le spleen, comme disent les anglais, le beurre est si cher ! et puis, vois, c'est une horreur, nous dînons dans un endroit où il y a un lit, ça me dégoûte de la vie.

VII

Sagesse de Tholomyès

Cependant, tandis que quelques-uns chantaient, les autres causaient tumultueusement, et tout ensemble ; ce n'est plus que du bruit. Tholomyès intervint :

— Ne parlons point au hasard ni trop vite, s'écriat-il. Méditons si nous voulons être éblouissants. Trop d'improvisation vide bêtement l'esprit. Bière qui coule n'amasse point de mousse. Messieurs, pas de hâte. Mêlons la majesté à la ripaille ; mangeons avec recueillement ; festinons lentement. Ne nous

thế chị ạ. Khi em bảo anh *Blachevelle* rằng em yêu anh ấy, thật là em nói nhảm không đâu. Có phải không chị? Thật là em nói nhảm đấy !

Favourite nghỉ một lát rồi lại nói :

— Chị *Dahlia* ơi, chị nhìn mà xem, em buồn lắm. Cả một mùa hè năm nay, trời mưa mãi. Gió luôn, em tức cả mình. Anh *Blachevelle* thì keo quá. Bữa ăn hì họa là mới có đậu-con, em chán lắm không biết ăn gì nữa. Em độ rầy hóa ra bàng-khuâng vơ-vẩn, người Anh-quốc gọi là *spleen*. Trời ơi ! *bơ* thì đắt quá ! Xem ngay như hôm nay, họ đem chúng ta vào đây ăn, ở cạnh bàn ăn lại có kẻ giường, những coi mà chán.

<h2 style="text-align:center">VII</h2>

<h3 style="text-align:center">*Cái liệt-độ của cậu Tholomyès*</h3>

Trong khi hai ba người hát, còn thì cùng nhau nói chuyện cả một lúc. Chỉ nghe thấy ầm-ầm, không phân được câu gì nữa. Cậu *Tholomyès* can rằng :

— Xin các anh chị đừng có nói chuyện huyên-thiên mà nói nhanh lấy được như thế. Xin hãy nghĩ xem, anh em ta có nên làm cho thiên-hạ phải quáng phải lòa không ? Những câu ngẫu-hứng không nên dùng nhiều, mà cạn túi khôn lại chóng. Rượu bọt chảy luôn không thành được bọt (1). Vậy thời các anh ơi, đừng nên hấp-tấp vội-vàng. Ăn uống dầu có thừa mứa cũng nên giữ lấy thái-độ nghiêm-trang. Ngồi lặng mà nhai ;

---

1. Nguyên câu phương ngôn là *Pierre qui roule n'amasse pas de mousse*, nghĩa là hòn đá lăn mãi, rêu không tụ được. Đây đổi tiếng *pierre* ra *bière*, *roule* đổi ra *coule*.

pressons pas. Voyez le printemps ; s'il se dépêche, il est flambé, c'est-à dire gelé. L'excès de zèle perd les pêchers et les abricotiers. L'excès de zèle tue la grâce et la joie des bons dîners. P. s de zèle, mes sieurs ! Grimod de la Reynière est de l'avis de Talleyrand.

Une sourde rébellion gronda dans le groupe.

— Tholomyès, laisse nous tranquilles, dit Blachevelle.

— A bas le tyran ! dit Fameuil.

— Bombarda, Bombance et Bamboche ! cria Listolier.

— Le diman.he existe, reprit Fameu l.

— Nous sommes sobres, ajouta Listolier.

— Tholomyès, fit Blachevelle, contemple mon calme.

— Tu en es le marquis, répondit Tholomyès.

Ce médiocre jeu de mots fit l'effet d'une pierre dans une mare. Le marquis de Montcalm était un royaliste alors célèbre. Toutes les grenou'lles se turent.

- Amis, s'écria Tholomyès de l'accent d'un homms qui ressaisit l'empire, remettez-vous. Il ne faut pas que trop de stupeur accueille ce calembour tombé du ciel. Tout ce qui tombe de la sorte n'est

khoan từ mà chén. Chẳng đi đâu mà vội. Kìa xem như
mùa xuân. Hễ xuân mà vội quá, thì là xuân cháy mất,
nghĩa là có băng có dá. Vội vàng thì thui mất đào, ủng
mất lý. Hấp-tấp quá thì bữa tiệc dầu ngon cũng mất cả
ý-vị, mất cả vui-vẻ, Âu là, chúng ta đừng vội-vàng,
đừng hấp-tấp, các anh ạ ! Ông *Grimod de la Reynière*
cũng một ý với ông *Talleyrand* đấy, các anh ơi.

Tholomyès nói thế thì cả bọn hậm-hừ. Cậu *Blachevelle*
nói :

— Anh để yên mặc chúng tôi.

Cậu *Fameuil* hô :

— Đầu đảng chuyên-chế quá, ta không chịu !

Cậu *Listolier* thì nói một thôi :

— *Bombarda, Bombance, Bamboche.*

Cậu *Fameuil* lại nói :

— Hôm nay là ngày chủ-nhựt.

Listolier rằng :

— Chúng ta có tiết-độ lắm đấy chứ.

Blachevelle rằng :

— Anh hãy nhìn xem tôi có điềm-đạm không ?

Tholomyès giả lời một câu nói lối, dịch ra không có
nghĩa gì, mà nguyên-văn cũng không có thú-vị gì. Vậy
mà câu nói lối vô vị ấy, có hiệu quả cũng dường một hòn
đá ném xuống vũng nước. Bao nhiêu ếch nhái im cả.
Tholomyès tự-chủ ngay được mà nhủ bạn rằng :

— Ba anh ơi, âu là chúng ta hãy yên thần lại. Cái câu
em nói lối đó, chẳng qua cũng là ngẫu nhiên mà xuất
khẩu, như của giời-ôi bắt được, chứ không phải chí-tâm
mà nghĩ ra đâu. Phàm những lời tôi nói ngẫu nhiên xuất
khẩu như thế, không phải là tất nhiên đáng khen, đáng
sợ. Những câu nói lối, chẳng qua cũng như con chim bay

pas nécessairement digne d'enthousiasme et de respect. Le calembour est la fiente de l'esprit qui vole. Le lazzi tombe n'importe où ; et l'esprit, après la ponte d'une bêtise, s'enfonce dans l'azur Une tache blanchâtre qui s'aplatit sur le rocher n'empêche pas le condor de planer. Loin de moi l'insulte au calembour ! je l'honore dans la proportion de ses mérites ; rien de plus Tout ce qu'il y a de plus auguste, de plus sublime et de plus charmant dans l'humanité, et peut-être hors de l'humanité, a fait des jeux de mots. Jésus Christ a fait un calembour sur saint-Pierre. Moise sur Isaac. Eschyle sur Polynice. Cléopâtre sur Octave. Et notez que ce calembour de Cléopâtre a précédé la bataille d'Actium, et que, sans lui, personne ne se souviendrait de la ville de Toryne, nom grec qui signifie cuiller à pot. Cela concédé, je reviens à mon exhortation. Mes frè es, je le répète, pas de zèle, pas de tohu-bohu, pas d'excès, même en pointes gayetés, liesses et jeux de mots. Écoutez moi, j'ai la prudence d'Amphiaraüs et la calvitie de César. Il faut une limite, même aux rébus. *Est modus in rebus.* Il faut une limite, même aux diners. Vous aimez les chaussons aux pommes, mesdames, n'en abusez pas. Il faut, même en chaussons du bon sens et de l'art. La gloutonnerie châtie le

nó ỉa xuống mà thôi. Con chim đó là tri-khôn vậy. Cứt chim rơi xuống thì bạ đâu vào đó không có chọn chỗ. Chim ỉa rồi chim lại bay bổng lên mây xanh. Vậy thì một cục cứt chim trắng rơi bẹt xuống hòn đá cũng không có ngăn được con chim bằng bay bổng. Em đây cũng không có khinh bỉ gì những câu nói lối. Nói lối mà hay thì phải khen mà dở thì phải chê. Xét trong nhân-loại và cả ở ngoài nhân-loại, bao nhiêu những bậc đế-vương, thánh tướng, những bậc hào-kiệt, tài-hoa, đều cũng đã có dùng đến cách nói lối. Đức chúa Giê-du xưa đã một lần nói lối về việc ông thánh *Pierre:* ông *Moïse* thì nói lối về ông *Isaac;* ông *Eschyle* thì nói lối về ông *Polynic ;* nữ-hoàng *Cléopâtree* thì nói lối về ông *Octave.* Câu nói lối của vị nữ-hoàng ấy nguyên nói ra từ trước khi có trận *Actium,* ví bằng không có lời nói ấy thì ai là kẻ nhớ ra cái tên thành *Toryne,* là một địa-danh nguyên tiếng Hy-lạp nghĩa là cái môi để múc trong một cái lọ. Tôi xin công-nhận cái đức tính của sự nói lối như vậy rồi, tôi lại xin khuyên nhủ các anh ; không nên hấp-tấp, không nên hỗn độn, không nên thái-quá, ở cuộc nói châm-chích nhau, ở cuộc đùa bỡn, ở câu nói lối cũng vậy. Các anh khá nghe tôi. Về phần cẩn-thận ý-tứ thì tôi không thua gì ông *Amphiaraüs :* về phần hói đầu thì tôi cũng bằng ông *César.* Phải có ngữ hạn, từ trong câu đố mà đi. Thơ *Horace* có câu *Est modus in rebus* (chính nghĩa việc gì cũng nên có ngữ hạn, nhưng đây thì người nói lối lại lấy tiếng *rebus* nghĩa là câu đố).Vậy thì việc ăn cũng phải có ngữ-hạn. Như các cô đây thì thích ăn bánh khoai nhưng không nên ăn nhiều quá. Trong chuyện bánh khoai cũng phải có lẽ thị-phi, có cái mỹ-thuật ăn bánh khoai nữa. Tham

glouton. Gula punit Gulax. L'indigestion est chargée
par le bon Dieu de faire de la morale aux estomacs.
Et, retenez ceci : chacune de nos passions, même
l'amour, a un estomac qu'il ne faut pas trop remplir.
En toute chose il faut écrire à temps le mot *finis*, il
faut se contenir, quand cela devient urgent, tirer le
verrou sur son appétit mettre au violon sa fantaisie
et se mener soi-même au poste. Le sage est celui qui
sa t à un moment donné opérer sa propre arrestation
Ayez quelque confiance en moi. Parce que j'ai fait
un peu mon droit, à ce que disent mes examens,
parce que je sais la différence qu'il y a entre la
question mue et la question pendante, parce que j'ai
soutenu une thèse en latin sur la manière dont on
donnait la torture à Rome au temps où Munatius
Demens était questeur du Parricide, parce que je
vais être docteur à ce qu'il paraît, il ne s'ensuit pas
de toute nécessité que je so s un imbécile. Je vous
recommande la modérat on dans vos dés rs. Vrai
comme je m'appelle Félix Tholomyès, je parle bien.
Heureux celui qui, lorsque l'heure a sonné, prend
un parti héroïque, et abdique comme Sylla, ou
Origène !

Favourite écoutait avec une attention profonde :

thực thì cực thân. Đã có *Gula* làm tội *Gulax* (câu này dịch-giả chưa tra được)..Cái bệnh đầy bụng nguyên là sứ-giả của chúa trời sai xuống để răn bảo những cái bụng tham ăn. Các anh nên nhớ lấy rằng phàm các nhân-dục, cho đến cả cái tình-dục cũng vậy, mỗi thứ có một cái bụng, không nên tích cho đầy quá. Việc gì cũng phải hạ bút viết hai chữ chung-tất cho vừa kịp. Người ta phải tự-chủ, lúc nguy-cấp lắm phải biết kéo cái then mà gài cho chặt cái thèm khát của mình, phải biết nắm cổ cái ý-muốn mà giam nó lại, phải biết tự mình đem mình đến điếm tuần mà giao cho cảnh-sát. Người hiền là người nào biết phán-đoán cái lúc đã nên tự mình bắt mình nộp quan. Xin các anh tin tôi một chút. Tôi tuy rằng cũng đã có học qua khoa luật, văn bằng chữ nghĩa có đầy; tuy rằng tôi phân biệt được thế nào là một vấn-đề đương giải-quyết, thế nào là một vấn-đề còn để lủng-lẳng chưa xong (tiếng nói nhà luật-sĩ); tuy rằng tôi đã làm một bài luận bằng tiếng la-tinh về những thể-thức tra-tấn tù tội tại thành La-mã về thời ông *Munatius Demens* làm Hình-bộ tổng-trưởng; tuy rằng tôi sắp đỗ tiến-sĩ đây, là tôi nghe phỏng như thế chứ chưa được chắc, nhưng cũng không nên lấy đấy mà suy cho tôi là một thằng ngu-xuẩn. Vậy thì tôi xin khuyên các anh nên hạn-chế lấy cái lòng sở-dục. Tôi ăn nói cũng khá, điều ấy xác thực cũng bằng câu tên tôi là *Félix Tholomyès*. Vậy thì hạnh-phúc cho kẻ nào, khi giờ đã đánh rồi, biết quyết định một việc hùng-dũng, can đảm; biết từ ngôi bỏ chức như ông *Sylla* hay là ông *Origène* vậy.

Cô *Favourite* cố lắng tai nghe. Nghe đến đó thì cô khen rằng:

Félix ! dit-elle, quel joli mot ! j'aime ce nom là. C'est en latin Ça veut dire Prosper.

Tholomyès poursuivit :

— Quirites, gentlemen, caballeros, mes amis ! voulez-vous ne sentir aucun aiguillon et vous passer de lit nuptial et braver l'amour ? Rien de plus simp'e. Voici la recette : la limonade, l'exerc'ce outré le travail forcé, écreintez-vous, trainez des b'ocs, ne dormez pas, veillez, gorgez-vous de bo ssons nitreuses et de tisanes de nymphæas, savourez des émulsions de pavots et d'agnus-castus, assaisonnez-moi cela d'une diète sévère, crevez de faim, et joignez-y les bains froids, les ceintures d'herbes, l'application d'une p'aque de plomb, les lotions avec la l'queur de Saturne et les fomentations avec l'oxycrat.

— J'aime mieux une femme, dit Listolier.

— La femme ! reprit Tholomyès, méfiez vous-er, Malheur à celui qui se livre au cœur changeant de la femme ! La femme est perfide et tortueuse. Elle déteste le serpent par jalousie de métier. Le serpent, c'est la boutique en face.

Tholomyès, cria Blachevelle, tu es ivre !

— Pardieu ! dit Tholomyès·

— Alors sois gai, reprit Blachevelle.

— J'y consens, répondit Tholomyès.

— *Félix* đại-huynh, cái tiếng anh vừa nói xong đó nghe nó đẹp làm sao. Em yêu cái tên đó. Tiếng ấy là tiếng la-tinh, mà nghĩa nó là *Prosper.*

Tholomyès lại nói ;

— Vậy thời các *quirites* ơi, các *gentlemen* ơi, các *caballeros* ơi, (ba tiếng tôn nhau của người La-mã, người Anh-quốc, người Y-pha-nho) các bạn quí của tôi ơi, các anh có muốn tránh cho khỏi những sự thèm muốn, không cần phải vợ, thách được tình-dục hay không ? không gì dễ cho bằng, cứ theo bài thuốc này : uống nước chanh, cử động cho thật nhiều, làm lụng cho kỳ mỏi nhọc, tìm những đá nặng mà khiêng, mà vác, mà đun, mà đẩy, đừng ngủ, thức cho nhiều, uống cho nhiều những thứ có tiêu-thạch, những nước lá *nymphæas*, những nước lá loan-túc, nước lá *agnus-castus*, rồi thì nhịn ăn cho kì đói rã, đoạn lại tắm nước lạnh, lấy cỏ làm thắt-lưng, lấy chì nặng mà nén vào mình, lấy nước diêm-tiêu mà thấp, rồi lại lấy nước giấm mà bôi.

Listolier nói :

— Thà rằng dùng một người đàn-bà.

— Đàn-bà ! không nên tin đàn-bà. Hại thay cho những kẻ nhắm mắt mà tin ở cái lòng thay đen đổi trắng của đàn-bà ! Đàn-bà là một giống điêu-tai lươn-lẹo. Sở-dĩ đàn-bà ghét con rắn là tại ghen với rắn cái độc-ác : Đối với người đàn-bà con rắn chẳng qua là cái hàng bên ngay cửa buôn tranh bán cướp.

— *Blachevelle* nói : *Tholomyès*, anh say rồi !

— Ta hồ nói phải các anh đổ ra say !

— Nếu anh không say, thì anh vui đi nào.

— Thì ta xin vui.

Et, remplissant son verre, il se leva :

— Gloire au vin ! *Nunc te Bacche canam !* Pardon, mesdemoisel es. c'est de l'espagnol. Et la preuve, senoras la voici : tel peuple, telle futaille. L'arrobe de Castille contient seize litres, le cantaro d Alicante douze, l'almude des Canaries vingt-cinq. le cuartin des Baléares vingt-six, la botte du czar Pierre trente. Vive ce czar qui était grand, et vive sa botte qui était plus grande encore ! Mesdames, un conseil d'ami : trompez vous de voisin, si bon vous semble. Le propre de l'amour, c'est d'errer. L'amourette n'est pas faite pour s'accroupir et s'abrutir comme une servante anglaise qui a le calus du scrobage aux genoux. Elle n'est pas faite pour cela, elle erre gaîment la douce amourette ! On a dit : l'erreur est humaine ; moi je dis : l'erreur est amoureuse. Mesdames, je vous idolâtre toutes. Ô Zéphine, ô Joséphine, figure plus que chiffonnée, vous seriez charmante, si vous n'étiez de travers. Vous avez l'air d'un joli visage sur lequel, par mégarde, on s'est assis. Quant à Favourite, ô nymphes et muses ! un jour que Blachevelle passait le ru sseau de la rue Guérin-Boisseau, il vit une belle fille aux bas blancs et bien tirés qui montrait ses jambes. Ce prologue lui plut, et Blachevelle aima. Celle qu'il aima était

Nói rồi rót rượu đầy cốc, đứng dậy mà rằng:

Âu là chúng ta hãy tụng cái đức-tính của rượu nho ! *Nunc te, Bacche, canam.* Xin các cô tha lỗi, đó là tôi nói tiếng y-pha-nho, xin viện tang-chứng như sau này. Mỗi dân-tộc có một thứ thùng đựng rượu. Ở *Castille* cái thùng gọi là *arrobe* được mười-sáu *lit*. ; ở *Alicante* thì thùng gọi là *cantaro* được có mười-hai *lit*; ở *Canaries* quần-đảo gọi là *almude* được hai-mươi-nhăm *lit*; ở *Baléares* quần-đảo, gọi là *cuartin* hai-mươi-sáu *lit* ; cái ủng của vua *Pierre* nước Nga đựng được ba-mươi *lit*. Chúc cho ông vua ấy vạn vạn niên vì ông vua ấy lớn, mà ủng của ông ấy lại còn lớn hơn. Các bà các cô ơi, xin cho phép một người bạn thân khuyên-nhủ. Hễ lòng các bà mà muốn lầm hàng-xóm thì xin cứ việc. Lẫn chỗ là một cái đặc-tính của ái-tình. Cái ái-tình trời sinh ra nó không phải để bắt nó ngồi chồm-hỗm, căm-căm cui-cúi một chỗ như là một con đỏ người ăng-lê mà lại có tật lòi xương đùi-gối. Nó sinh ra là để mà đi lang-thang vui-vẻ. Thế-nhân có câu nói sự lầm lẫn là một đặc-tính của người ta. Tôi nói sự lầm lẫn là cái đặc-tính của ái-tình. Vậy thì thưa bốn cô, tôi yêu cả bốn cô không biết thế nào mà nói được. Hỡi hỡi *Zéphine*, hỡi *Joséphine*, cái mặt em, bảo là ai vò nhàu-nát cũng chưa là đủ, Ví bằng người em không lệch-lẹo thì em đẹp muộn phần. Nhác nom em tự hồ một cái mặt xinh mà ai vô ý đã ngồi lên trên. Còn như em *Favourite*, hỡi hỡi thủy-tiên, thi-thần ! một ngày kia anh *Blachevelle* đầy đương nhảy qua cái rãnh nước ở đường *Guérin-Boisseau*, gặp một con bé xinh đẹp chân đi tất trắng gò thẳng, giơ hai cái cổ chân ra. Cuộc tình cờ gặp gỡ ấy vừa lòng bạn

Favourite. Ô Favourite, tu as des lèvres ioniennes. Il y avait un peintre grec, appelé Euphorion, qu'on avait surnommé le peintre des lèvres. Ce grec seul eût été digne de peindre ta bouche. Ecoute! avant toi, il n'y avait pas de créature digne de ce nom. Tu es faite pour recevoir la pomme comme Vénus ou pour la manger comme Ève. La beauté commence à toi. Je viens de parler d'Ève, c'est toi qui l'as créée. Tu mérites le brevet d'invention de la jolie femme. Ô Favourite, je cesse de vous tutoyer, parce que je passe de la poésie à la prose. Vous parliez de mon nom tout à l'heure. Cela m'a attendri; mais, qui que nous soyons, méfions nous des noms. Ils peuvent se tromper. Je me nomme Félix et ne suis pas heureux. Les mots sont des menteurs. N'acceptons pas aveuglémen les indications qu'ils nous donnent. Ce serait une erreur d'écrire à Liége pour avoir des bouchons et à Pau pour avoir des gants. Miss Dahlia, à vo re place, je m'appellerais Rosa. Il faut que la fleur sente bon et que la femme ait de l'esprit. Je ne dis rien de Fantine, c'est une songeuse, une rêveuse une pensive, une sensitive; c'est un fantôme ayant la forme d'une nymphe et la pudeur d'une nonne, qui se fourvoie dans la vie de grisette, mais qui se réfugie dans les illusions, et qui chante, et qui prie, et qui regarde l'azur sans trop savoir ce qu'elle voit ni ce

ta, từ đó bạn ta yêu con bé ấy. Con bé ấy tức là con em *Favourite* đây. *Favourite* em ơi, hai cái môi mày thật là môi đàn-bà đất *Ionie*. Ngày xưa có một nhà họa-sĩ hi-lạp, tên là *Euphorion*, thường người ta cứ gọi là nhà vẽ môi giỏi. Duy có người họa-sĩ ấy là đáng được vẽ cái miệng mày, em ạ. Này em, anh bảo em nghe, trước khi đẻ ra mày, hẳn là chưa có con người nào đáng gọi là người của Tạo-vật nặn ra. Trời sinh ra mày để mà thu lấy quả táo như nữ-thần *Vénus*, hoặc để mà ăn quả táo như bà È-va vậy. Cái đẹp giáng thế, kì thủy sinh vào mày. Ta vừa nói đến bà E-va, È-va là do mày sáng tạo ra đó. Mày đáng được cái văn-bằng tạo tác nên đàn-bà đẹp. *Favouri-te* ôi, thôi, từ đây ta không mày tao với em nữa, bởi vì ta bỏ lối thi-vận mà sang lối tản-văn thường-ngữ đây. Lúc nãy chị có nói đến tên tôi, làm cho tôi lấy làm cảm động. Nhưng mà chúng ta đây, dầu ai cũng vậy, chớ nên tin ở cái tên cho lắm. Cái tên cũng có khi lầm. Như tên tôi là *Félix* (tiếng *Félix* nguyên nghĩa là sướng) mà tôi không sướng. Văn-tự cũng hay nói dối. Vậy thì chúng ta chớ nên vội tin ở nghĩa tiếng nói tiếng gọi mà lầm. Đừng có gửi mua nút chai ở thành *Liège* (*Liège* chính nghĩa là cái vỏ cây để làm nút chai) ; mà cũng đừng có gửi mua bao tay ở thành *Pau* (Tiếng *Peau* cũng đọc như *Pau*, nghĩa là da). Chị *Dahlia* ơi, giá thử tôi là chị thì tôi tự đặt tên là *Rosa*. Cái hoa phải có hương, đàn-bà phải có ý-nhị. Con *Fantine* thì tôi không nói chi đến nó, nó là một đứa hay ngẩn-ngơ, hay thơ-thẩn, hay tư-lự, dễ sầu dễ cảm ; nó thật là một con ma mà đội lốt một vị thủy-tiên, thùy mị như một gái tu-hành. Người này là giả dạng để ẩn mình vào một đám ăn chơi, nhưng

qu'elle fait, et qui, les yeux au ciel, erre dans un jardin où il y a plus d'oiseaux qu'il n'en existe ! O Fantine, sache ceci : moi Tholomyès, je suis une illusion : mais elle ne m'entend même pas, la blonde fille des chimères ! Du reste, tout en elle est fraîcheur, suavité, jeunesse, douce clarté matinale. O Fantine, fille digne de vous appeler marguerite ou perle, vous êtes une femme du plus bel orient Mes-dames, un deuxième conseil : ne vous mariez point ; le mariage est une greffe ; cela prend bien ou mal ; fuyez ce risque. Mais, bah ! qu'es -ce que je chante là ? Je perds mes paroles. Les filles sont incurables sur l'épousaille ; et tout ce que nous pouvons dire, nous autres sages, n'empêchera point les giletières et les piqueuses de bottines des rêver des maris en-richis de diamants. Enfin, soit, mais belles, retenez ceci : vous mangez trop de sucre. Vous n'avez qu'un tort, ô femmes, c'est de grignoter du sucre. O sexe rongeur, tes jolies petites dents blanches adorent le sucre. Or, écoutez bien, le sucre est un sel. Tout sel est desséchant. Le sucre est le plus desséchant de tous les sels. Il pompe à travers les veines les liquides du sang ; de là la coagulation, puis la solidification du sang : de là les tubercules dans le poumon ; de là la mort. Et c'est pourquoi le diabète confine à la phthisie. Donc ne croquez pas de sucre, et vous vivrez ! je me tourne vers les hommes. Messieurs,

lòng dạ vẫn vẫn-vơ trong giấc mộng. Miệng thì hát mà lòng vẫn tụng kinh, mắt vẫn ngước lên trời xanh mây biếc, nhưng mắt nom thấy gì, mình cử hành nên việc gì nào có biết được rõ; mắt nó nhìn trời mà nó vẫn vơ-vẫn đâu trong một cái vườn nào, nhiều chim hơn cả số chim thật ở trong trời đất *Fantine* ơi hỡi! em khá biết. Anh đây là *Tholomyès*, chẳng qua là một cái ảo-ảnh chi đây. Nhưng mà, ta nói nó có nghe đâu, con bé tóc đỏ giấc mộng để ra kia kìa! Vả xét khắp trong mình nó cái gì cũng là tươi tốt, thơm tho, trẻ-trung, sáng-sủa. *Fantine* ơi, em thật đáng đội tên là Cúc-hoa, hay là Châu-lệ, cái vẻ em thật là trong như ngọc trắng như ngà. Nầy các bà, tôi lại xin hiến câu nữa. Các bà không nên lấy chồng. Cuộc hôn-thú tựa hồ một việc tiếp cây vậy. Cũng có khi bén, cũng có khi không. Chớ nên chịu cái nguy hiểm tiếp cây mà không bén. Nhưng mà tôi nói như vậy thật là nói với khoảng không, uổng lời dư nước bọt. Cái giống phụ-nữ đời nào mà chừa được bệnh thèm chồng. Bọn người khôn chúng ta dầy nói lắm thì mỏi miệng, chứ bao giờ bọn đi khâu vời bọn thợ giầy, lại có chừa được cái bệnh mong chờ iấy được anh chồng kim-cương đeo chặt. Âu là mặc họ. Nhưng mà các cô mòi son má phấn, xin nhớ lấy câu này. Các cô ăn của ngọt nhiều quá. Bọn phụ-nữ chỉ có một tật, là hay nhấm của ngọt. Hỡi ôi cái giống hay gặm! bộ răng trắng nõn kia sao mà ưa nhấm đường như thế? Nghe ta bảo đây nầy. Đường là một thứ phèn. Phàm các thứ phèn ráo lắm. Mà đường thì lại là một thứ phèn ráo nhứt trong các thứ phèn. Ăn vào nó hút mất cả chất nước trong máu. Bởi đó mà rồi máu đọng lại,

faites des conquêtes. Pillez vous les uns aux autres sans remords vos bien-aimées. Chassez-croisez. En amour, il n'y a pas d'amis. Partout où il y a une jolie femme l'hostilité est ouverte. Pas de quartier, guerre à outrance! Une jolie femme est un *casus belli*; une jolie femme est un flagrant délit. Toutes les invasions de l'histoire sont déterminées par des cotillons. La femme est le droit de l'homme. Romulus a enlevé les sabines. Guillaume a enlevé les saxonnes, César a enlevé les romaines. L'homme qui n'est pas aimé plane comme un vautour sur les amantes d'autrui; et quant à moi, à tous ces infortunés qui sont veufs, je jette la proclamation sublime de Bonaparte à l'armée d'Italie: « Soldats, vous manquez de tout, L'ennemi en a »

Tholomyès s'interrompit.

Souffle, Tholomyès, dit Blachevelle.

En même temps, Blachevelle, appuyé de Listolier et de Fameuil, entonna sur un air de complainte une de ces chansons d'atelier composées des premiers mots venus, rimées richement et pas du tout, vides de sens comme le geste de l'arbre et le bruit du vent, qui naissent de la vapeur des pipes et se dissipent et s'envolent avec elle. Voici par quel couplet le groupe donna la réplique à la harangue de Tholomyès:

khó đi, rồi thành bệnh lao trong phổi, rồi chết. Bởi thế mà bệnh đái ra đường với bệnh ho-lao cũng dưa-dứa nhau. Vậy thì chị em ơi, đừng ăn của ngọt, thì sống được lâu. Giờ thì ta lại có mấy lời khuyên nhủ bọn nam-nhi : Các ông ơi, ở đời không cái gì cho bằng chim, vậy thì các ông khá chim cho nhiều. Cướp lẫn nhân-tình của nhau không việc gì phải hối-hận. Vậy thì xin cứ bài bắt-chéo chân mà nhảy. Ở trong việc trai gái, không có bạn-bè nào cả. Đâu có gái đẹp là có cuộc tranh-cạnh không ai nhường ai cả, tranh nhau cho kì có được thua. Một người gái đẹp là một nhân-cố động binh ; một người gái đẹp là một lẽ thù-hằn. Xét trong lịch-sử, bao nhiêu việc tiếm đất, là do cái váy mà ra hết cả. Đàn-bà là công-lý của đàn-ông. Ông *Romulus* nước La-mã ngày xưa đi sang cướp đàn-bà *Sabines*, vua *Guillaume* thì đi sang cướp đàn-bà nước *Saxe*, ông *César* thì cướp đàn-bà La-mã. Phàm người đàn-ông chưa có ai yêu, là có quyền lượn như diều-hâu ở trên bọn vợ con kẻ khác ; về phần tôi, về phần những kẻ vô phúc hóa vợ, thì tôi xin cũng bắt-chước Nã-phá-luân hoàng-đế hạ chiếu trước đạo quân Ý đại-lị, mà có lệnh truyền rằng : «Hỡi các tướng-sĩ, các tướng sĩ thiếu-thốn hết cả, mà bên quân giặc thì gì nó cũng có ».

Tholomyès nói đến đấy hết hơi nghỉ lại. — *Blachevelle* bảo rằng :

— Anh ơi, hãy nghỉ mà thở đi một lát.

Vừa nói thế, *Blachevelle* lại hòa thanh với *Listolier* và *Fameuil*, mà hát một bài hát của bọn thợ-thuyền các nơi công-xưởng, những bài hát ấy thường là một lối văn nhặt-nhạnh, hạ câu nào lấy câu ấy, vận thì khi xát

Les pères dindons donnèrent
De l'argent à un agen
Pour que mons Clermont-Tonnerre
Fût fait pape à la Saint-Jean ;
Mais Clermont ne put pas être ;
Fait pape, n'étant pas prêtre ;
Alors leur agent rageant
Leur rapporta leur argent.

Ceci n'était pas fait pour calmer l'improvision de Tholomyès ; il vida son verre, le remplit, et recommença.

— A bas la sagesse ! oubliez tout ce que j'ai dit. Ne soyons ni prudes. ni prudents, ni prud'homm s. Je porte un toast à l'allégresse ; soyons allègres ! Complétons notre cours de droit par la folie et la nourriture. Indigestion et digeste. Que Justinien soit le mâle et que Ripaille soit la femelle ! Joies dans les profondeurs ! Vis, ô création ! Le monde est un gros diamant ! Je suis heureux. Les oiseaux sont étonnants Quelle fête partout ! Le rossignol est un Elleviou gratis. Été, je te salue. O Luxembourg. ô Géorgiques de la rue Madame et de l'allée de l'Observatoire ! ô pioup ous rêveurs ! ô toutes ces bonnes charmantes qui, tout en gardant des enfants, s'amusent à en ébaucher ! Les pampas de l'Amérique me plairaient, si je n'avais les arcades de l'Odéon. Mon âme s'envole dans les forêts vierges et dans les savanes. Tout est beau. Les mouches bourdonnent dans les rayons. Le soleil a éternué le colibri. Embrasse-moi, Fantine !

Il se trompa, et embrassa Favourite.

quá, khi không có thí nào, lời thì không có nghĩa-lý gì cả, y như cái cành cây lung-lay, như cơn gió thổi vậy. Thứ văn ấy nguyên do ở đám khói um thuốc lá mà kết nên, cho nên khi khói tan thì cũng tan đi đâu mất. Lúc ấy hai câu đem hát câu sau này để đáp lại cái bài biện-bác dông-dài của cậu *Tholomyès* :

(Đây bỏ tám câu hát không dịch)

Bài ca ấy không nguôi được cái cơn cao-hứng của cậu *Tholomyès*; cậu bèn cạn cốc rượu, rót cốc khác, rồi lại nói rằng :

— Văn-chương đạo-lý mà làm gì ! Âu là xin các anh các chị quên hết những lời tôi nói lúc nãy đi. Chúng ta không nên thật-thà, không nên cẩn-thận mà cũng không nên ra mặt hiền-lành. Tôi xin nâng cốc uống rượu chúc cho cái đức-tính hoạt-bát. Âu là chúng ta nên hoạt-bát nhanh-nhẩu ! Luật-khoa thì anh em chúng ta thế là tốt nghiệp rồi. Bây giờ nên phụ thêm một chút cuồng đại, một chút no say. (Đây có một đoạn dịch ra chẳng có nghĩa-lý gì cả. Dịch-giả hết sức dịch theo nguyên văn đến chỗ này, là cốt để các ngài độc-giả xem cái lối văn-tả chân tinh-tế của ông *Victor-Hugo*. Xét như đó thì đám học-sinh say rượu, thật là không có quê-hương nào cả. Mấy thầy đồ ta chén vào mà lên giọng ử ự, bên cạnh mấy ả đào, thì ngôn-ngữ cử chỉ đại-cương cũng như thế vậy. Câu sau cùng, *Tholomyès* nói :) Hôn tao một cái, *Fantine* !

Rồi lại lẫn người mà hôn cô *Favourite*.

VIII

Mort d'un cheval

On dîne mieux chez Edon que chez Bombarda s'écria Zéphine.

— Je préfère Bombarda à Edon, déclara Blachevelle. Il a plus de luxe. C'est plus asiatique. Voyez la salle d'en bas. Il y a des glaces sur les murs.

— J'en aime mieux dans mon assiette, dit Favourite.

Blachevelle insista :

Regardez les couteaux. Les manches sont en argent chez Bombarda, et en os chez Edon. Or, l'argent est plus précieux que l'os.

— Excepté pour ceux qui ont un menton d'argent observa Tholomyès.

Il regardait en cet instant-là le dôme des invalides, visible des fenêtres de Bombarda.

Il y eut une pause.

— Tholomyès. cria Fameuil, tout à l'heure, Listolier et moi, nous avions une discussion.

Une discussion est bonne, répondit Tholomyès, une querelle vaut mieux.

— Nous disputions philosophie.

— Soit.

VIII

Một con ngựa chết

Cô *Zéphine* ăn no rồi chê rằng :

— Ở tiệm *Edon* ăn uống tốt hơn ở đây.

Cậu *Blachevelle* nói :

— Tớ thích ăn ở đây hơn là ở tiệm *Edon*, bởi vì ở đây bày biện tươm hơn. Có nhiều kiểu cách bên châu Á. Xem như cái phòng dưới kia. Bốn bên tường đều có gương soi khắp cả.

Favourite nói :

Em thích có nhiều *kem* nước-đá ở trong đĩa mà ăn thì hơn (gương-soi, với kem nước-đá, trong Pháp-văn cùng là một tiếng *glaces*).

Blachevelle lại nói :

— Này xem dao ăn của người ta. Đây toàn dao chuôi bạc, đằng tiệm *Edo* thì dao chuôi xương. Bạc bao giờ không quí hơn xương.

Tholomyès đáp :

— Duy có những kẻ vỡ xương hàm phải làm cằm bằng bạc, là quí xương hơn bạc,

Nói vậy rồi ngước mắt ra nhìn cái chỏm nóc nhà thờ *Inv lides*. Rồi ngồi yên một lát. *Fame il* bỗng lại lên tiếng mà rằng :

— Anh *Tholomyès* ơi, lúc nãy tôi với anh *Listolier* vừa có một cuộc tranh-biện.

— Một cuộc tranh-biện thì là hay rồi, nhưng mà một cuộc cãi-nhau thì còn hay nữa.

— Chúng tôi đối đáp với n! au về triết-học.

— Ừ, thế làm sao ?

— Lequel préfères-tu de Descartes ou de Spinosa ?

— Désaugiers, dit Tholomyès.

Cet arrêt rendu, il but et reprit :

Je consens à vivre. Tout n'est pas fini sur la terre, puisqu'on peut encore déraisonner. J'en rends grâces aux dieux immortels. On ment, mais on rit. On affirme, mais on doute L'inattendu jaillit du syllogisme. C'est beau. Il est encore ici-bas des humains qui savent joyeusement ouvrir et fermer la boîte à surprises du paradoxe. Ceci, mesdames, que vous buvez d'un air transquille, est du vin de Madère, sachez le, du cru de Coural des Freiras qui est à trois cent dix-sept toises au-dessus du niveau de la mer ! Attention en buvant ! trois cent dix-sept toises ! et monsieur Bombarda, le magnifique restaurateur, vous donne ces trois cent d'x-sept toises pour quatre francs cinquante centimes !

Fameuil interrompit de nouveau :

— Tholomyès, tes opinions font loi. Quel est ton auteur favori ?

— Ber. .

— Quin ?

— Non Choux.

Et Tholomyès poursuivit :

— Honneur à Bombarda ! il égalerait Munophis d'Eléphanta s'il pouvait me cueillir une almée, et Thygélion de Chéronée s'il pouvait m'apporter une

— Anh ưa ông *De cartes* hay là ông *Spinosa* ?

— Tôi ưa ông *Désaugiers.*

Tholomyès phán-đoán như thế, uống rượu rồi lại nói :

— Tớ thuận sống ở đời vậy. Trên địa-diện này, còn nói càn được, thì hãy còn chưa hết thú. Điều ấy tôi xin bái tạ các thần-minh đời đời không chết. Người đời nói dối hoài, nhưng mà cười hoài. Nói thì quả-quyết, nhưng nghi vẫn hoàn nghi. Dùng tam-đoạn luận pháp mà suy lý, nó hay kết quả những cách không ngờ. Thật là hay. Thế-gian còn có lắm kẻ khéo mở ra đóng vào cái hòm quỉ-thuật nói ngược-lẽ thật là vui-vẻ. Như cái rượu này, các bà lặng yên mà nhắp đó, là rượu nho xứ *Madère*, nấu nó ra ở chỗ *Coural das Freiras*, chỗ ấy cao ba-trăm mười-bảy trượng ở trên mặ biển. Vậy thì khi ta uống nó ta nên chú-ý. Ba-trăm mười-bảy trượng! Vậy mà ông *Bombarda* là chủ tiệm này, bán cho chúng ta có bốn *francs* năm-mươi *centimes*, ba-trăm mười-bảy trượng đó mà thôi.

Cậu *Fameuil* lại ngắt câu nói mà đáp rằng :

— Anh *Tholomyès* ơi, ý-kiến của anh, tất là luật-pháp của chúng tôi. Nhưng này, chẳng hay độ rầy anh ưa đọc sách của ông nào nhứt ?

— *Ber . . .*

— *Berquin ?*

— Không. *Berchoux* (Tên nhà thi-sĩ đã làm ra quyền sách *Gastronomie,* Ẩm-thực khoa).

Tholomyès lại nói :

— Thật là danh-giá cho *Bombarda* ! Giả-sử anh ta đi hái đâu cho tớ được một con vũ-nữ, thì tớ tôn lên bằng hàng với *Manophis d'Eléphanta* ; giả-sử anh ta kiếm đâu

hétaïre ! car, ô mesdames, il y avait des Bombarda en Grèce et en Egypte. C'est Apulée qui nous l'apprend. Hélas ! toujours les mêmes choses et rien de nouveau. Plus rien d'inédit dans la création du créateur ! *Nil sub sole novum*, dit Salomon ; *amor ommbus idem*, dit Virgile ; et Carabine monte avec Carab n dans la galiote de Saint-Cloud, comme Aspasie s'embarquait avec Périclès sur la flotte de Samos. Un dernier mot. Savez-vous ce que c'était qu'Aspasie, mesdames ? Quoiqu'elle vécût dans un temps où les femmes n'avaient pas encore d'âme, c'était une âme ; une âme d'une nuance rose et pourpre, plus embrasée que le feu, plus fraîche que l'aurore. Aspasie était une créature en qui se touchaient les deux extrêmes de la femme ; c'était la prostituée déesse. Socrate, plus Marnon Lescaut. Aspasie fut créée pour le cas où il faudrait une catin à Prométhée.

Tholomyès, lancé, se serait difficilement arrê é, si un cheval ne se fût abattu sur le quai en cet instant-là même. Du choc, la charrette et l'orateur restèrent court. C'était une jument beauceronne, vieille et maigre et digne de l'équarrisseur, qui traînait une charrette fort lourde. Parvenue devant Bombarda, la bête épuisée et accablée, avait refusé d'aller plus loin. Cet incident avait fait de la foule A peine le charretier, jurant et indigné, avait-il eu

cho tớ một con đĩ, thì tớ tòn lên bằng hàng với *Thygélion de Chéronée*. Các em ơi, phải biết rằng ngày xưa bên Hy-lạp và bên Ai-cập cũng đã có cái hạng ng ời như *Bombarda* rồi. Xem trong sách của ông *Apulée* thì biết. Than ôi, thế sự đi rồi lại lại, không có cái gì mới hết. Trong cảnh muôn vật của ông Tạo-vật tạo ra, không còn có cái gì là mới là chưa thấy đâu mà. Ông *Salomon* nói : *Phàm trên địa di n không có cái gì mới*. Ông *Virgile* nói : *h t thảy như nhau*. Con mẹ *Carabin* cùng với thằng cha *Carabin* cưỡi chiếc thuyền dài ở *Saint-Cloud*, phỏng có khác gì bà *Aspasie* cùng với ông *Périclès* ngày xưa chèo thuyền trong hải đội đất *S mos*. Xin nói một câu nữa thôi. Các bà đây có biết bà *Aspasie* là ai không ? Bà ấy tuy rằng sinh ra ở một thời đại đ n bà chưa có linh-hồn, nhưng mà bà ấy thật là một cái linh-hồn, một cái linh-hồn màu hồng hồng, thăm-thắm, đỏ hơn lửa, tươi hơn lúc bình minh. *Aspasie* là một thứ người gồm được cả hai cái thái-cực đàn-bà ; là một con đĩ hiền thánh. Ông *Socrate* (*Tô-cách-lạp*) mà lại thêm Mai-nương Lệ-cốt. *Aspasie* sở dĩ sinh ra, là để phòng khi những bậc hùng-thần như là *Prométhée* mà lại cần dùng một con đĩ.

Cậu *Tholomyès* bấy giờ cái cuồng nói đã hình như con chim sổ lồng rồi, không tài nào mà bắt nó lại hãm nó lại được nữa, may đâu giữa lúc ấy, ngoài đường bờ sông có một con ngựa đang kéo xe, ngã khuỵu xuống, làm cho cái xe đang đi đứng sững lại, mà trong hàng anh này đương nói như phát-lác cũng tịt ngay lại. Con ngựa ấy là một con ngựa cái, giống ngựa xứ *Beauce* già mà gày nhòm, thật là xứng đáng với anh thợ xẻ, đi

le temps de prononcer a ec l'énergie convenable le mot sacramentel : *mâtin !* appuyé d'un 'mplacable coup de fouet, que la haridelle était tombée pour ne plus se relever. Au broubaha des passants, les gais auditeurs de Tholomyès tourrèrent la tête, et Tho'omyès en profita pour clore son allocution par cette strophe mélancolique :

> Elle était de ce monde où coucous et carrosses
> Ont le même destin,
> Et, rosse, elle a vécu ce que vivent les rosses,
> L'espace d'un : mâtin !

— Pauvre cheval, soupira Fantine.

Et Dahlia s'écria :

— Voilà Fantine qui va se mettre à plaindre les chevaux ! Peut-on être fichue bête comme ça !

En ce moment, Favourite, croisant les bras et renversant la tête en arrière, regarda réso'ûment Tholomyès et dit :

— Ah ça. et la surprise ?

— Justement. L'instant est arrivé, répondit Tholomyès. Messieurs, l'heure de surprendre ces dames a sonné. Mesdames, attendez-nous un moment.

— Cela commence par un baiser, dit Blacbevelle.

---

1 *Mâtin*, chinh ngh'a là một con chó lo xù, thường dùng làm một tiếng chửi rủa.

2· Nguyên eó hai câu thư *Et, rose, elle a vécu ce que vivent les roses L'espace d'un matin.*

Thich ngh'a : Hồng như cánh hoa hồng, nó sống lâu cũng bằng một cánh hoa hồng. Trong thời-gian một buổi sáng.

Ở đây đổi tiếng *rose*, là hoa hồng, ra tiếng *rosse*, là ngựa còm : tiếng *matin*, là một buổi sáng thì đổi ra *mâtin*, là một tiếng chửi của người dắt ngựa.

dắt cái xe nặng quá đó. Đi vừa đến trước cửa tiệm *Bombarda*, thì con vật kiệt sức, nhọc quá, không thể bước đi được nữa. Khiến cho những kẻ rỗi công xúm đông ngay lại mà coi. Người dắt xe vừa tức mình vừa cẩu-nhẩu, mới gay gắt được một tiếng *mâtin* (1). là cái tiếng chửi thường của những nhà dắt xe, khi ngựa không chịu đi như thế. Chửi một tiếng rồi vụt roi một tiếng như pháo nổ, thì con ngựa quị xuống không bao giờ còn đứng trở dậy được nữa. Bọn người xúm đông lại xem làm nhao nhao lên, thành ra lũ mấy người đương vui cười mà nghe cậu *Tholomyès* cũng phải quay cổ ra nhìn. *Tholomyès* bèn thừa cơ mà kết câu chuyện bằng mấy câu thơ có sầu tứ sau này :

> *Xưa kia nó ở đời này, là nơi đồng-hồ chim-gáy*
> *Và xe song-mã cùng một số phận*
> *Thân ngựa còm, nó sống lâu cũng bằng con ngựa còm*
> *Trong một thời-gian nói xong tiếng :* MÂTIN ! (2)

Fantine thở dài mà than :

— Tội-nghiệp con ngựa !

Cô *Dahlia* thấy vậy kêu lên :

— Rõ chị này dư nước mắt khóc ngựa qua đường !

Trong khi ấy thì cô *Favourite* khoanh tay lại, ưỡn ngửa mặt ra, nhìn cậu *Tholomyès* một cách sừng-sộ mà hỏi :

— Này ! thế hẹn cái gì với chị em tôi đâu ?

— Ấy rõ vừa. Hẹn đã đến. Các anh ơi, cái giờ chúng ta phải y ước với các chị đây đã đánh chuông rồi. Âu là xin các chị chờ chúng tôi đây một lát, nhé.

Blachevelle nói :

— Khởi sự chúng ta hãy hôn các chị một cái đã nào.

Sur le front, ajouta Tholomyès.

Chacun déposa gravement un baiser sur le front de sa maîtresse ; puis il se dirigèrent vers la porte tous les quatre à la file, en mettant leur doigt sur la bouche.

Favourite battit des mains à leur sortie.

— C'est déjà amusant, dit elle.

— Ne soyez pas trop longtemps. murmura Fantine. Nous vous attendons.

XI

Fin joyeuse de la joie

Les jeunes filles, restées seules, s'accoudèrent deux à deux sur l'appui des fenêtres, jasant, penchant leur tête et se parlant d'une croisée à l'autre.

Elle virent les jeunes gens sortir du cabaret Bombarda bras dessus bras dessous ; il se retournèrent, leur firent des signes en riant, et disparurent dans cette poudreuse cohue du dimanche qui envahit hebdomadairement les Champs-Élysées.

— Ne soyez pas longtemps ! cria Fantine.

— Que vont-ils nous rapporter ? dit Zéphine.

— Pour sûr ce sera joli, dit Dahlia.

— Moi, reprit Favourite, je veux que ce soit en or.

Tholomyès nói :

— Hôn vào trán đấy nhé.

Mỗi cậu bèn nghiêm-trang mà hôn tình-nương của mình một cái vào trán ; rồi bốn người đi hàng một mà ra phía cửa, cậu nào cũng để ngón tay lên miệng, nghĩa là có sự bí-mật, đừng ai tiết lộ. Khi các cậu đi ra, cô *Favourite* vỗ tay mà rằng :

— Cũng đã đủ vui rồi :

Fantine thì sẽ dặn :

— Các anh đừng đi lâu quá nhé. Chị em chúng tôi chờ đây.

<h2 style="text-align:center">IX</h2>

Cuộc vui vui-vẻ mà tan

Bốn cô thiếu-nữ, còn có bọn gái ở lại với nhau, bèn hai cô một ra tựa cửa sổ mà dòm, vừa cúi đầu nhìn xuống đường cái, vừa nói chuyện với nhau từ cửa sổ này sang cửa sổ kia.

Bốn cô nom thấy bốn cậu khoác tay nhau mà đi ra, ra đến đường cái, lại ngước đầu lên vừa cười vừa ra hiệu, rồi thì đi lẫn vào đám đông người đi bụi mù ngày chủ nhựt, cứ bảy ngày lại một lần kéo đàn kéo lũ đến chỗ đường *Champs-Elysées* đó.

Fantine kêu to theo họ mà rằng :

— Đừng đi lâu nhé !

Cô *Zéphine* thì hỏi :

— Không biết rồi họ mang cái gì về cho chúng ta ?

Cô *Dahlia* nói :

— Chắc hẳn là cái gì đẹp.

Cô *Favourite* nói :

— Tớ thì tớ muốn cái gì bằng vàng.

Elles furent bientôt distraites par le mouvement du bord de l'eau qu'elles distinguaient dans les branches des grands arbres et qui les divertissait fort. C'était l'heure du départ des malles-poste et des diligences. Presque toutes les messageries du midi et de l'ouest passaient alors par les Champs Élysées. La plupart suivaient le quai et sortaient par la barrière de Passy. De minute en minute, quelque grosse voiture peinte en jaune et en noir, pesamment chargée, bruyamment attelée, difforme à force de malles, de bâches et de valises, pleine de têtes tout de suite disparues, broyant la chaussée, changeant tous les pavés en briquets, se ruait à travers la foule avec toutes les étincelles d'une forge, de la poussière pour fumée et un air de furie. Ce vacarme réjouissait les jeunes filles. Favourite s'exclamait :

— Quel tapage ! on dirait des tas de chaînes qui s'envolent.

Il arriva une fois qu'une de ces voitures qu'on distinguait difficilement dans l'épaisseur des ormes, s'arrêta un moment, puis repartit au galop. Cela étonna Fantine.

— C'est particulier ! dit-elle. Je croyais que la diligence ne s'arrêtait jamais.

Favourite haussa les épaules.

— Cette Fantine est surprenante. Je viens la voir par curiosité. Elle s'éblouit des choses les plus

Các cô nói với nhau vài câu như thế, rồi mải nhìn qua cành cây những kẻ đi người lại ở phía bờ sông, cũng nhãng đi không nghĩ đến câu chuyện nữa. Giờ ấy chính là giờ những xe tải thư và những xe chở khách khởi hành. Phàm các đồ tải đi các tỉnh vùng Tây Nam, thời ấy gần đi qua đường *Champs Elysées* cả. Phần nhiều cứ đi suốt dọc bờ sông rồi ra đàng cửa ô *Pacsy*. Cách một phút một, lại thấy những cỗ xe lớn sơn vàng và đen, xếp đồ nặng chĩu, ngựa chạy ầm ầm, nào những rương, những vải che, những *va-lit*, hình xe không ra vuông mà không ra tròn, cứ lù-lù như từng đống, thoảng nhìn vào trong xe thì thấy lốc nhốc những đầu người, vụt một cái lại đi qua mất, xe chạy như thể nghiến đá lát đường, mỗi viên đá thành ra một viên đá đánh lửa, đi bừa đi sấn rẽ những đám đông ra mà đi, dưới chân ngựa thì lửa lòe như trên mặt đe lò rèn đương giọt, bụi mù như khói, có dạng hùng dũng, có dạng điên-rồ tất-tả. Cái cảnh ầm-ầm như sấm như sét đó làm cho vui mắt mấy cô thiếu-nữ. Cô *Favourite* kêu rằng:

— Ầm ầm nghe mà kinh! khác nào những đống xích sắt tự dưng bay đi xủng-xoảng.

Có một lần, thấy một cỗ xe trong các cỗ xe đi xa đó, nhìn qua bóng du-du không được rõ, hình như đến đó thì dừng lại một lát, rồi ngựa lại đi nước đại. Cô *Fantine* ngạc nhiên mà rằng:

— Lạ chưa! em cứ nghĩ những xe chuyến không bao giờ đứng lại như thế.

Cô *Favourite* nghe nói xo vai mà nhiếc rằng:

— Cái chị *Fantine* này thật là quái-lạ. Tôi thường hiếu dị mà sang thăm chị ấy. Ai đâu lại thấy việc dị thường

simples. Une supposition ; je suis un voyageur, je dis à la diligence : je vais en avant, vous me prendrez sur le quai en passant. La diligence passe, me voit, s'arrête, et me prend. Cela se fait tous les jours. Tu ne connais pas la vie, ma chère.

Un certain temps s'écoula ainsi. Tout à coup Favourite eut le mouvement de quelqu'un qui se réveille,

— Eh bien, fit-elle, et la surprise ?

A propos, oui, reprit Dahlia, la fameuse surprise ?

— Ils sont bien longtemps ! dit Fantine.

Comme Fantine achevait ce soupir, le garçon qui avait servi le dîner entra. Il tenait à la main quelque chose qui ressemblait à une lettre.

- Qu'est-ce que cela ? demanda Favourite.

Le garçon répondit :

— C'est un papier que ces messieurs ont laissé pour ces dames.

— Pourquoi ne l'avoir pas apporté tout de suite ?

— Parce que ces messieurs, reprit le garçon, ont commandé de ne le remettre à ces dames qu'au bout d'une heure.

Favourite arracha le papier des mains du garçon. C'est une lettre en effet.

— Tiens ! dit-elle. Il n'y a pas d'adresse. Mais voici ce qui est écrit dessus :

cũng giật mình, cũng ngơ-ngác. Xe đỗ lại thì phỏng có lạ gì. Hãy nói giả-sử một câu. Tôi là khách đi xe, tôi dặn người đánh xe: Tôi đi lên trước, khi nào xe gặp tôi ở bờ sông thì xe đứng lại cho tôi lên. Xe đi, xe gặp tôi, xe đứng lại cho tôi lên, có gì mà lạ. Ngày nào không có như thế. Chị này ra không có trải việc đời chút nào cả.

Qua một hồi lâu nữa như thế. Bỗng cô *Favourite* giật mình một cái như là người đương ngủ thức giấc dậy, mà hỏi rằng :

— Ồ này ! thế cái gì họ hẹn với chị em ta đâu ?

Cô *Dahlia* cũng hỏi tiếp :

— Ừ nhỉ ! cái gì rất lạ-lùng mà họ bảo họ cho chúng ta sao mãi không thấy.

Cô *Fantine* cũng nói :

— Các anh ấy đi đâu mà lâu thế !

Cô *Fantine* vừa nói xong, thở dài một cái, thì tên hầu-sáng ở ngoài vào, tay cầm cái gì tự-hồ một phong thư. Cô *Favourite* hỏi :

— Cái gì thế mày ?

Tên hầu-sáng thưa :

— Các ông trước khi đi ra có để cái giấy này lại cho các bà.

— Sao lại không đem ngay vào ?

— Bởi vì các ông đưa cho tôi có dặn phải chờ một tiếng đồng-hồ rồi hãy đưa vào.

Cô *Favourite* dằng lấy cái giấy ở tay tên hầu sáng. Quả là một cái thư.

— Ồ này ! Ngoài bì không đề tên ai cả. Nhưng lại có mấy chữ :

Ceci est la surprise

Elle décacheta vivement la le'tre, l'ouvrit et lut (elle savait lire) :

« O nos amantes !

« Sachez que nous avons des parents. Des parents, « vous ne connaissez pas beaucoup ça. Ça s'appelle « des ¡ères et mèıes dans le code civıl, puéril et « honnête. Or, ces parents gémıssent, ces vieillards « nous réclameət, ces bons hommes et ces bonnes « femmes nous appɛllent enfants prod'guey, ils sou- « ha¡tent nos retours: et ɛous offreət de tuer des « ɛeaux. Nous leur obé'ssons, étant vertueux. A « l'heure où vous lirez ceci, cirq cheveaux fougeux « nous rapporteront à nos papas et à nos mamans. « Nous fichons le camp, comme dit Bossuet. Nous « partons, nous sommes parlis. Nous fuyons dans « les bras de Laffite et sur les ailes de Caillard. La « diligence de Toulouse nous arrache à l'abîme, et « l'abîme c'est vous, ô nos belles petiles ! Nous « rentrons dans la société, dans le devoir et dans « l'ordre, au grand trot, à raison de trois lieues « à l'heure. Il importe à la patrie que nous soyons, « comme tout le monde, préfets, pères de famille,

---

1· Dùng lời phàm tục. đây nói rỡn mà là theo lối văn ȏ ɟg *Bossuet.*

Đây là cái quả ngẫu-nhiên

Cô vội-vàng khai niêm mở thư ra mà đọc (vì cô này biết đọc):

« Hỡi các tình-nương của chúng ta !

« Các tình-nương biết cho rằng anh em chúng tớ đây « còn có cha mẹ. Cũng biết các em không biết cha mẹ « là cái gì. Hộ-luật văn-chương hơi rườm, nhưng mà « hợp luân-lý, gọi cha là thân-phụ, mẹ là thân-mẫu. « Những ông già bà già ấy đương rền khóc đòi chúng « tớ về, quở trách chúng tớ là con nhà hư, phá gia chi « tử, nay gọi về nhà, hẹn giết bò làm tiệc. Chúng tớ « đây là con có hiếu, cha mẹ đã bảo, đâu dám không « vâng. Vậy thì lúc nào các em đọc tờ giấy này, thì năm « con ngựa hùng-dũng đương phi mà kéo chúng tớ về « hầu *ba-ba* và *má-má*. Chúng tớ *phú-la-căng* (1) đây, nói « thế cho nó ra lối văn-chương của ông *Bossuet*. Chúng « tớ đi đây, chúng tớ đi khỏi rồi. Chúng tớ víu lấy « cánh tay ông *Laffitte* mà chạy, và chắp lấy đôi cánh « của ông *Caillard* mà bay đây. Chuyến xe đi *Toulouse* « sắp mang chúng tớ đi chạy nạn đây, Nạn ấy chính là « các em đó, bốn em mĩ-miều xinh-đẹp ơi ! Chúng tớ « từ nay là vào trong xã-hội, vào nơi nghĩa-vụ, vào chốn « có trật tự ngăn nắp đây, mà chúng tớ đi mau lắm, « mỗi giờ xe chạy những ba dặm. Quê-hương cần dùng « đến chúng tớ, cũng phải như người ta mà làm quan, « làm gia-trưởng, làm lính hoặc làm nghị-viên. Các em « nên kính thờ chúng tớ, bởi vì thế này cũng là chúng « tớ đem thân về hiến gia-tộc quốc-gia. Các em nên « khóc chúng tớ đi, nhưng mà khóc quàng lên, rồi liệu

« gardes champêtes et conseillers d'état. Vénérez-
« nous Nous nous sacrifions. Pleurez-nous rapide-
« ment et remplacez-nous vite. Si cette lettre vous
« déchire, rendez le-lui. Adieu.

« Pendant près de deux ans, nous vous avons ren-
« dues heureuses. Ne nous en gardez pas rancune.

« Signé : BLACHEVELLE

« FAMEUIL

« LISTOLIER

« FÉLIX THOLOMYÈS

« POST SCRIPTUM. Le dîner est payé ».

Les quatre jeunes filles se regardèrent.

Favourite rompit la première le silence

— Eh bien ! s'écria-t-elle, c'est tout de même une
bonne farce.

— C'est très drôle, dit Zéphine.

— Ce doit être Blacheve le qui a eu cette idée là,
reprit Favourite. Ça me rend amoureuse de lui.
S tôt parti, sitôt aimé. Voilà l'histoire.

— Non, dit Dahlia, c'est une idée à Tholomyès.
Ça se reconnaît.

— En ce cas, reprit Favourte, mort à Blachevelle
et vive Tholomyès !

« lau nước mắt mà mau mau tìm ai thay cho chúng tớ.
« Nếu bức thư này mà xé ruột gan các em, thì xin các
« em cũng xé lại cho nó tan ra từng mảnh. Thôi, các
« em nghỉ.

« Trong ngót hai năm trời nay, chúng tớ nuôi các
« em kể cũng là sung-sướng đó. Vậy thì các em chớ có
« hòn-giận chúng tớ, nghe !

« Ki tên : Blachevelle
« Fameuil
« Listolier
« Félix Tholomyès.

« Tái bút : Bữa tiệc hôm nay tiền đã trả đủ rồi ».

Bốn cô nhìn nhau. Cô Favourite mở miệng trước :

— Thế nào, các chị. Cái quẳng-mỡ này cũng là vui
đấy chứ.

Cô Zéphine nói :

-- Vui lắm.

Cô Favourite nói :

-- Trò này quyết là của gã Blachevelle bày ra, khiến
cho em phải lòng nó. Người đâu mà có duyên như
vậy. Hễ đi khỏi là mình nhớ đến phải yêu. Chuyện như
the đấy, các chị.

Cô Dahlia cãi :

-- Ý kiến này là ý-kiến của Tholomyès, chứ không
phải của Blachevelle. Thoạt nghĩ đoán ra ngay.

Cô Favourite :

-- Nếu vậy thì chúc cho Tholomyès trưởng thọ, còn
Blachevelle thì nó chết đâu mặc nó !

Vive Tholomyès ! crièrent Dahlia et Zéphine.

Et elles éclatèrent de rire.

Fantine rit comme les autres.

Une heure après, quand elle fut rentrée dans sa chambre, elle pleura. C'était, nous l'avons dit, son premier amour ; elle s'était donnée à ce Tholomyès comme à un mari, et la pauvre fille avait un enfant.

FIN DU LIVRE TROISIÈME

Cô *Dahlia*, cô *Zéphine* cũng hòa thanh :

— *Tholomyès* trường thọ !

Rồi cả lũ cùng cười ồ.

Cô *Fantine* cũng cười.

Nhưng cách độ một giờ, khi cô đã về phòng mình ở rồi thì ngồi khóc. Ở tiền-văn đã nói, việc dan-díu này, nguyên là việc dan-díu lần thứ nhất của cô. Cô ăn ở với cậu *Tholomyès* coi như chồng thật vậy. Tội nghiệp! lại có sinh được một đứa con.

HẾT QUYỀN THỨ BA

PREMIÈRE PARTIE

FANTINE

LIVRE QUATRIÈME
Confier, c'est quelquefois livrer

———

ĐOẠN THỨ NHỨT
FANTINE

QUYỂN THỨ TƯ
Gửi cũng có khi như cho

LIVRE QUATRIÈME
Confier, c'est quelquefois livrer

I

Une mère qui en rencontre une autre

Il y avait, dans le premier quart de ce siècle. à Montfermeil, près Paris, une façon de gargote qui n'existe plus aujourd'hui. Cette gargote était tenue par des gens appelés Thénardier, mari et femme. Elle était située dans la ruelle du Boulanger. On voyait au-dessus de la porte une planche clouée à plat sur le mur. Sur cette planche était peint quelque chose qui ressemblait à un homme portant sur son dos un autre homme, lequel avait de grosses épaulettes de général dorées avec de larges étoiles argentées ; des taches rouges figuraient du sang ; le reste du tableau était de la fumée et représentait probablement une bataille. Au bas on lisait cette inscription : AU SERGENT DE WATERLOO.

Rien n'est plus ordinaire qu'un tombereau ou une charrette à la porte d'une auberge. Cependant le véhicule ou, pour mieux dire, le fragment de véhicule qui encombrait la rue devant la gargote du Sergent de Waterloo, un soir du printemps de 1818, eût certainement attiré par sa masse l'attention d'un peintre qui eût passé là.

QUYỂN THỨ TƯ
Gửi cũng có khi như cho

I

Một người mẹ lại gặp một người mẹ

Trong thời-gian một góc thế-kỉ, về đầu thế-kỉ này, ở *Montermeil*, gần *Paris*, có một cái hàng cơm, ngày nay đâu mất không thấy nữa. Hàng cơm ấy, xưa kia do vợ chồng nhà *Thénardier* làm chủ, ở trong ngõ gọi là ngõ hàng Bánh. Trên cửa có một tấm ván đóng thẳng vào tường, trên ván ấy có vẽ cái gì hình như là một người cõng một người nữa, hai vai có đeo kiên-chương mạ vàng lại có sao bạc, là phẩm-phục của một vị tướng-quân ; lại điểm một vài chấm đỏ, nghĩa là bị thương chảy máu ; còn thì vẽ khói mù, ý chừng là để tả trận đương đánh. Dưới đề mấy chữ « ÔNG ĐỘI HOA-TIẾT-LÔ »,

Không có cái gì thường cho bằng một cỗ xe bò, hoặc một cái xe chở đồ mà để trước cửa một hàng cơm. Vậy mà một buổi tối hôm ấy về mùa xuân năm 1818, có một cỗ xe, nói cho đúng thì là một bộ-phận của cỗ xe, đỗ trước cửa hàng cơm hiệu « Ông Đội Hoa-thiết-lô », giả-sử có nhà họa-sĩ nào đi qua mà nom thấy, chắc cũng phải đưa mắt nhìn.

C'était l'avant-train d'un de ces fardiers, usités dans les pays de forêts, et qui servent à charrier des madriers et des troncs d'arbres. Cet avant-train se composait d'un massif essieu de fer à pivot où s'emboîtait un lourd timon, et que supportaient deux roues démesurées. Tout cet ensemble était trapu, écrasant et difforme. On eût dit l'affût d'un canon géant. Les ornières avaient donné aux roues, aux jantes, aux moyeux, à l'essieu et au timon, une couche de vase, hideux badigeonnage jaunâtre assez semblable à celui dont on orne volontiers les cathédrales. Le bois disparaissait sous la boue et le fer sous la rouille. Sous l'essieu pendait en draperie une grosse chaîne digne de Goliath forçat. Cette chaîne faisait songer, non aux poutres qu'elle avait fonction de transporter, mais aux mastodontes et aux mammons qu'elle eût pu atteler ; elle avait un air de bagne, mais de bagne cyclopéen et surhumain, et elle semblait détachée de quelque monstre. Homère y eût lié Polyphème et Shakespeare Caliban.

Pourquoi cet avant-train de fardier était-il à cette place dans la rue ? D'abord, pour encombrer la rue ; ensuite pour achever de se rouiller. Il y a dans le vieil ordre social une foule d'institutions qu'on trouve de la sorte sur son passage en plein air et qui n'ont pas pour être là d'autres raisons.

Cái nửa cỗ xe đó là nửa đàng trước một cỗ xe chở những đồ nặng, thường dùng ở những nơi rừng núi, để mà đài những gỗ phiến và gỗ cây. Giữa có một cái trục bằng sắt to tướng, trên trục có một bộ cối xay để lái, thật nặng, hai đầu trục thì có hai cái bánh xe to vô hạn. Nom nó lù lù một đống. Tự hồ bộ bánh xe một khẩu đại-bác rất lớn. Bánh xe, từ vành ngoài cho đến cái ốc, cái trục, bàn lái, đều vấy bùn đã khô vàng, tự hồ cái mùi vàng phơn-phớt mà người ta hay quét các nhà thờ vậy. Những nơi bằng gỗ thì bùn phủ kín, mà những nơi bằng ắt thì gỉ ăn khắp cả. Ở dưới cái trục thì bộ xích sắt lòng-thòng dường như một cái màn bỏ xuống, cái xích ấy giả sử ai bắt được thần *Goliath* mà đem đóng xiềng thì thật xứng. Ai nom đến bộ xích ấy, thì không nghĩ đến cái công dụng của nó trước, là để cột những giầm gỗ cột gỗ, mà lại tưởng tượng ra rằng xưa kia có để người ta dùng để mà buộc những giống thú vật gì to lớn quái gở. Cái xích ấy có một dạng về chỗ lao hình, nhưng là chỗ cho lao hình để mà giam hãm những giống khổng-lồ, những giống yêu quái gì gớm ghê. Cái xích hình như xưa đã trói buộc một con gì lớn giữ. Cái xích buộc *Polyphème* ngày xưa trong sách *Homère*, cái xích buộc *Caliban* trong sách ông *Shakespeare* hẳn cũng y như vậy.

Làm sao cái nửa trước cỗ xe ấy lại bỏ giữa đường cái tại nơi ấy ? Trước nữa là để cho nó chật đường đi; sau nữa là để cho gỉ cho nó ăn hết sắt đi. Có nhiều những sự của tiền niên để lại, mà chúng ta đi hay gặp giữa đường như thế, xét ra cũng không có lẽ khác nào, mà ở giữa đường.

Le centre de la chaîne pendait sous l'essieu assez près de terre, et sur la courbure, comme sur la corde d'une balançoire, étaient assises et groupées ce soir là, dans un entrelacement exquis, deux petites filles, l'une d'environ deux ans et demi, l'autre de dix-huit mois, la plus petite dans les bras de la plus grande. Un mouchoir savamment noué les empêchait de tomber. Une mère avait vu cette effroyable chaîne et avait dit : Tiens ! voilà un joujou pour mes enfants.

Les deux enfants, du reste gracieusement attifées, et avec quelque recherche, rayonnaient ; on eût dit deux roses dans de la ferraille ; leurs yeux étaient un triomphe ; leurs fraîches joues riaient. L'une é ait châtain, l'autre était brune, Leurs naïfs visages étaient deux étonnements ravis ; un buisson fleuri qui était près de là envoyait aux passants des parfums qui semblaient venir d'elles ; celle de dix-huit mois montrait son gentil ventre nu avec cette chaste indécence de la petitesse. Au-dessus et autour de ces deux têtes délicates, pétries dans le bonheur et trempées dans la lumière, le gigantesque avant-train, noir de rouille, presque terrible, tout enchevêtré de courbes et d'angles farouches, s'arrondissait comme un porche de caverne. A quelques pas, accroupie sur le seuil de l'auberge, la mère, femme d'un aspect peu avenant du reste, mais touchante en ce moment-là, balançait les deux enfants au moyen d'une longue

Đoạn giữa cái dây xích ấy, thì lòng thòng xuống gần xát đất, thành ra như một cái võng, một cái dây đu. Tối hôm ấy trên cái dây đu tự-nhiên đó, có hai đứa bé, hai đứa con gái nhỏ, một đứa chừng hai tuổi rưỡi, một đứa độ mười tám tháng, òm nhau mà ngồi, coi thật là có thú-vị, đứa lớn ôm lấy đứa bé. Một cái khăn tay khéo buộc, giữ vững hai đứa trẻ con không ngã. Ý chừng một người mẹ đã nom thấy cái dây ghê gớm ấy, và đã nghĩ rằng : Ồ này, một chỗ cho con ta chơi tiện nhỉ ?

Hai đứa bé vả cho ăn mặc cũng lịch-sự, coi thật dễ thương. Tự hồ hai cánh hoa hồng nở ra giữa đống sắt cũ. Hai con mắt chúng nó sáng như gương ; hai má phinh-phính. Một con bé thì tóc đỏ sẫm, một đứa thì tóc đen. Hai cái mặt ngây-ngô nom thật là kháu. Gần đó nhân lại có một bụi cây hoa đương nở, ai đi qua thấy thoảng hương thơm, ngỡ là hương thơm của hai đứa trẻ. Con bé mười-tám tháng thì để hở bụng ra ngoài, đương tuổi ấy trong cái lõa-lồ có vẻ đoan-chính. Ở trên và ở xung quanh hai cái đầu trẻ đó, thật là hai cái đầu nặn bằng chất khoái-lạc mà nhúng vào khí sáng của trời đất, thì cái trục-xe vĩ-đại, gỉ đen cả ra, nom kĩ ra có dễ phải kinh, khúc kha khúc khỉu, rồi vòng tròn một cái như là cái cửa vào hang đá. Cách chỗ ấy độ vài ba bước, ở ngay thềm nhà hàng cơm, thì người mẹ, dáng-điệu không có cái gì là mặn-mà, nhưng giữa lúc ấy thì có một vẻ khiến cho ai nhìn phải xúc-động, tay nắm đầu sợi dây, buộc vào cái võng thiên-thành, mà kéo đi kéo lại để ru hai đứa con, mắt thì nhìn chằm-chặp những lo con ngã, xem trong tướng-mạo có một

ficelle, les couvant des yeux de peur d'accident avec cette expression animale et céleste propre à la maternié; à chaque va-et-vient, les hideux anneaux jetaient un bruit strident qui ressemblait à un cri de colère ; les petites filles s'extasiaient, le soleil couchant se mêlait à cette joie, et rien n'était charmant comme ce caprice du hasard qui avait fait d'une chaîne de titans une escarpolette de chérubins.

Tout en berçant ces deux petites, la mère chantonnait d'une voix fausse une romance alors célèbre :

Il le faut, disait un guerrier...

Sa chanson et la contemplation de ses filles l'empêchaient d'entendre et de voir ce qui se passait dans la rue.

Cependant quelqu'un s'était approché d'elle, comme elle commençait le premier couplet de la romance, et tout à coup elle entendit une voix qui disait très près de son oreille :

— Vous avez là deux jolis enfants, madame.

— A la belle et tendre Imogine,

répondit la mère, continuant sa romance, puis elle tourna la tête.

Une femme était devant elle, à quelques pas. Cette femme, elle aussi, avait un enfant qu'elle portait dans ses bras.

Elle portait en outre un assez gros sac de nuit qui semblait fort lourd.

L'enfant de cette femme était un des plus divins êtres qu'on pût voir. C'était une fille de deux à trois ans. Elle eût pu jouter avec les deux autres

cách tự-nhiên như cầm-thú, mà kỳ-quái như vẻ người
trời, là một cách đặc dạng của người mẹ thương con vậy.
Cứ mỗi lần cái võng đưa đi đưa lại, thì những vòng sắt
của dây xích kêu xủng-xoảng như là một tiếng gầm tiếng
thét. Vậy mà hai con bé thì thích chí quá, ánh nắng
buổi chiều lại tà vào mà thêm vui cho cái quang-cảnh
ấy. Không có cái gì ngoạn mục cho bằng cái oái oăm
của cuộc ngẫu-nhiên đó, đem một đống xiềng trói khổng-
lồ mà làm cái võng cho hai đứa anh-nhi xinh đẹp.

Người đàn bà vừa kéo dây đưa võng cho con, vừa có
một giọng lạc điệu mà ca một bài ca thời ấy đương có
tiếng là hay và ai cũng hát :

    Phải như vậy, ông tướng nói rằng. . . . .

Người đàn-bà mải hát và mải nhìn con, những việc
xầy ra ngoài đường bấy giờ không nom thấy gì hết.

Không biết rằng mình vừa khởi hát một câu, thì có một
người lừ-lừ đi lại gần, bỗng ghé vào tận tai mà hỏi :

    Bà được hai đứa bé sinh đẹp lắm.

Người mẹ hát tiếp câu nữa :

    Nàng Imogine đẹp và ân-cần. . . . .

Rồi quay đầu lại, thì thấy một người đàn-bà đứng
cách mình có vài bước, trên tay cũng bế một đứa con
nhỏ. Lưng lại đeo một cái đẫy lớn mà nặng.

Đứa bé con người đàn-bà này thì thật là một đứa đẹp
như thần-tiên giáng thế. Con gái mà tuổi độ lên hai lên
ba. Về cách ăn mặc thì có thể đối địch được với hai
đứa trẻ kia. Trên đầu thì có một cái lót mũ bằng vải
trắng thật nhỏ ; áo thì có luồn giải mùi, mũ thì có tua
bằng *dăng-ten Valenciennes.* Gấu áo tốc lên thì dễ hở hai
cái đùi tròn mà chắc thịt. Nước da thì hồng-hồng, thật

petites pour la coquetterie de l'ajustement ; elle avait
un bavolet de linge fin, des rubans à sa brassière et
de la valencienne à son bonnet. Le pli de sa jupe
relevée laissait voir sa cuisse blanche, potelée et
ferme. Elle était admirablement rose et bien por-
tante. La belle petite donnait envie de mordre dans
les pommes de ses joues. On ne pouvait rien dire
de ses yeux, sinon qu'ils devaient être très grands
et qu'ils avaient des cils magnifiques. Elle dormait.

Elle dormait de ce sommeil d'absolue confiance
propre à son âge. Les bras des mères sont faits de
tendresse ; les enfants y dorment profondément.

Quant à la mère, l'aspect en était pauvre et triste.
Elle avait la mise d'une ouvrière qui tend à redevenir
paysanne. Elle était jeune. Était-elle belle ? peut-être ;
mais avec cette mise il n'y paraissait pas. Ses che-
veux, d'où s'échappait une mèche blonde, sem-
blaient fort épais, mais disparaissaient sévèrement
sous une coiffe de béguine, laide, serrée, étroite, et
nouée au menton. Le rire montre les belles dents
quand on en a ; mais elle ne riait point. Ses yeux ne
semblaient pas être secs depuis très longtemps. Elle
était pâle ; elle avait l'air très lasse et un peu malade ;
elle regardait sa fille endormie dans ses bras avec
cet air particulier d'une mère qui a nourri son
enfant. Un large mouchoir bleu, comme ceux où se
mouchent les invalides, plié en fichu, masquait

là đứa bé khỏe mạnh. Ai nom thấy con bé xinh cũng phải muốn cắn hai miếng má. Hai con mắt nó thì bấy giờ chỉ nói được rằng hẳn là hai con mắt lớn lắm, lông mi dài mà đều như răng lược. Con bé ngủ.

Con bé ngủ cái giấc ngủ rất ngon-lành rất êm-ái của những đứa trẻ con mạnh khỏe. Thì ra cái cánh tay của người mẹ như là một cái đệm làm bằng thứ cỏ rất êm rất ấm, con trẻ nằm lên mà ngủ thì giấc thật ngon thật đấy.

Còn như người đàn-bà bế đứa trẻ ấy đến, thì hình-dung tiều-tụy mà buồn rầu. Tự hồ một ả đã đi may vá mà giờ lại muốn trở về làm nhà-quê. Tuổi thì còn trẻ. Đẹp hay là xấu? Có lẽ là người đẹp, nhưng dẫu có đẹp mà ăn bận như thế cũng không nhìn thấy đẹp được. Tóc chỉ hở ra có một vài sợi vàng vàng, đoán chừng thì là tóc rậm, nhưng mà đầu đã đội một cái mũ lụp-sụp che kín cả tóc rồi, lại còn quàng thêm một cái khăn vuông buộc chặt xuống dưới cằm. Người đàn-bà khi cười, hễ có răng thì phô răng đẹp. Nhưng người đàn-bà này không thấy cười. Hai con mắt thì hình như khóc đã nhiều, vừa mới ráo mắt chưa được bao lâu. Nước da thì xanh ngắt; có dáng mệt nhọc lắm, chừng hơi đau yếu; người ấy đưa mắt xuống nhìn con ngủ bế ở trên tay, thật là một cách nhìn có ý-vị của người mẹ đã nuôi con lấy. Lưng thì bó chặt bằng một cái khăn vuông xanh mà rộng gập chéo làm khăn quàng vai, vốn nó là cái khăn lau mũi của bọn lính tàn-tật. Hai tay thì ăn nắng mà lấm chấm những nốt dám đỏ, ngón trỏ thì khâu vá nhiều kim đâm đã thành vết rắn cả da lại. Một cái áo khoác mùi cháo-lòng bằng thứ dương-mao xù-xù, trong

lourdement sa taille. Elle avait les mains hâlées et toutes piquées de taches de rousseur, l'index durci et déchiqueté par l'aiguille, une amante brune de laine bourrue, une robe de toile et de gros souliers. C'était Fantine.

C'était Fantine. Difficile à reconnaître Pourtant, à l'examiner attentivement, elle avait toujours sa beauté. Un pli triste. qui ressemblait à un commencement d'ironie, ridait sa joue droite. Quant à sa toilette, cette aérienne toilette de mousse'ine et de rubans qui semblait faite avec de la gaîté, de la folie et de la mus'que, pleine de grelots et parfumée de lilas, elle s'était évanouie comme ces beaux givres éclatants qu'on prend pour des diamants au soleil ; ils fondent et laissent la branche toute noire.

Dix mois s'étaient écoulés depuis « la bonne farce ».

Que s'était il passé pendant ces dix mois ? on le devine.

Après l'abandon, la gêne. Fantine avait tout de suite perdu de vue Favourite, Zéphine et Dahlia ; le lien, brisé du côté des hommes, s'était défait du côté des femmes ; on les eût bien étonnées, quinze jours après, si on leur eût dit qu'elles étaient amies ; cela n'avait plus de raison d'être. Fantine était restée seule. Le père de son enfant parti, — hélas !

một cái áo dài bằng vải, chân thì đi giầy thỏ-xú. Đó là *Fantine*.

Đó là *Fantine*. Nhưng mà khó nhận được ra *Fantine* lắm. Tuy vậy mà nhìn cho kĩ thì cái nhan sắc cũng vẫn còn nguyên chưa khuyết. Duy bên má tay phải có một cái ngấn, tự hồ một cái ngấn chép miệng nhiều mà thành ra vậy. Còn như cái bộ cánh cũ là cái bộ áo nhẹ nhàng như mây như gió, bằng là lượt, bằng dải tơ quấn lại, tự hồ chắp-chảnh cái vui-vẻ, cái cười-cợt với tiếng đàn tiếng hát, mà may thành ra ngày trước, nom thì tự hồ có nhạc rung, có hoa xức, bộ cánh ấy thì đã tan đi đâu từ bao giờ, như là cái sương cái dá đêm lạnh đã kết nên, sáng ngày nó lóng-lánh như kim-cương ở dưới bóng nắng, rồi nó tan đi đâu cả để lại cành cây đen xì vậy. Tính từ hôm cái « cuộc quảng-mỡ » đến giờ, mới qua có mười tháng trời.

Trong mười tháng đó thì đã xảy ra những việc gì trong cái cuộc đời người thiếu-nữ ấy? Ta lấy lý mà đoán xem.

Tình-lang bỏ, tất sau túng bấn. Rồi thì tuyệt giao với ba cô bạn *Favourite*, *Zéphine* và *Dahlia*. Cái dây duyên của bốn chị em khi đã dứt với bốn người đàn ông kia rồi, thì đối với nhau trong bọn gái nó cũng lỏng dần. Khi đã xa nhau được cách chừng nửa tháng rồi, giả sử có ai bảo họ rằng trước cùng nhau là nơi chị em cố kết, thì có dễ bốn cô cô nào cũng ngẩn-ngơ mà kêu rằng lạ. Số là cái nhân cố nó xui phải quen nhau, trước kia thì có mà bây giờ thì không có nữa. Cô *Fantine* còn trơ lại có một mình. Từ khi cha con bé nó bỏ mẹ con đi mất,—mà than ôi! những việc biệt-li như thế, không bao giờ lại có

ces ruptures là sont irrévocables. — elle se trouve absolument iso'ée, avec l'habitude du travail de moins et le goût du plaisir de plus. Entraînée par sa liaison avec Tholomyès à dédaigner le petit métier qu'elle savait, elle avait négligé ses débouchés ; ils s'étaient fermés. Nulle ressource. Fantine savait à peine lire et ne savait pas écrire ; on lui avait seulement appris dans son enfance à signer son nom ; elle avait fait écrire par un écrivain public une lettre à Tholomyès, puis une seconde, puis une troisième. Tholomyès n'avait répondu à aucune. Un jour, Fantine entendit des commères dire en regardant sa fille : — Est-ce qu'on prend ces enfants-là au sérieux ? On hausse les épaules de ces enfants-là ! — Alors elle songea à Tholomyès qui haussait les épaules de son enfant et qui ne prenait pas cet être innocent au sérieux ; et son cœur devint sombre à l'endroit de cet homme. Quel parti prendre pourtant ? Elle ne savait plus à qui s'adresser. Elle avait commis une faute, mais le fond de sa nature, on s'en souvient, était pudeur et vertu. Elle sentit vaguement qu'elle était à la vieille de tomber dans la détresse et de glisser dans le pire. Il fallait du courage ; elle en eut, et se roidit. L'idée lui vint de retourner dans sa ville natale, à Montreuil-sur-mer. Là quelqu'un peut-être la reconnaîtrait et lui donnerait du travail. Oui ; mais il faudrait

trùng-phùng ! -- từ khi ấy ả ta thật là bơ-vơ, nết làm
ăn bỏ lâu đã mất, thói chơi bời nếm thử đã quen. Số là
từ khi gặp cậu *Tholomyès*, nghề vá may đễ tiện đã khinh
bỏ đi rồi, mối hàng cũ đã quên mất cửa, bây giờ dẫu có
giở nghề cũ ra, ai dã dùng cho. Thật là không còn
một phương sinh-lý. Đọc còn võ vẽ, viết thì không nên
một chữ. Thuở nhỏ chỉ học đủ ký lấy chữ tên. Cô
phải đi tìm người viết dong, mà cậy viết giùm cho
cậu *Tholomyès*, một bức thư. hai bức thư, rồi ba bức
thư. Không bức thư nào được thấy hồi âm trở lại. Một
ngày kia gặp mấy mụ già nhìn con mình mà bình-phẩm
rằng; -- Con đẻ hoang ai là nhận lấy làm gì. Chỉ đáng
xo vai bĩu miệng ! -- Nghe người ta nói thế thì lại nghĩ
đến người tệ bạc, thì ra nó vẫn bĩu miệng xo vai, có
mình khờ dại mà tưởng rằng con có bố. Nghĩ đến thế
mà rầu khúc ruột, mà cau đôi mày, giận ai lừa kẻ dễ-
dàng. Nhưng bây giờ biết tính sao đây? Tứ cố vô thân,
biết ai mà nương tựa. Còn người ấy, tuy đã xa chân
lỡ bước, nhưng ở liền văn ta đã nói, thật là có vẻ đoan-
trang. Lúc ấy nghe mình biết rằng cái thân khốn đốn,
sự khổ đến sau lưng, một mai không biết còn ngã xuống
xa đâu nữa. Âu là còn nước còn tát, phen này can đảm-
mới xong. Cũng may mà trời cho cũng có can đảm,
bèn ngẩng đầu lên mà quyết lấy một bề. Nghĩ đến kế đi
về nơi cố-quán, ở *Montre: il-sur-Mer*, may ra có gặp ai
quen, cho công việc mà làm ăn nuôi miệng. Nhưng còn
một nỗi cái hoang-thai còn di tích rành-rành tại đó,
phải giấu đi đâu mới thoát. Bấy giờ *Fantine* nghĩ vơ-
vần đến cái cơ-cùng-bách sau này, có lẽ trong những
cảnh biệt-ly lại còn có thứ đau xót hơn cảnh rẽ thúy

cacher sa faute Et elle entrevoyait confusément la nécessité possible d'une séparation plus douloureuse encore que la première. Son cœur se serra, mais elle prit sa résolution. Fantine, on le verra avait la farouche bravoure de la vie.

Elle avait déjà vaillamment renoncé à la parure, s'était vêtue de toile, et avait mis toute sa soie, tous ses chiffons, tous ses rubans et toutes ses dentelles sur sa fille, seule vanité qui lui restât, et sainte celle-là. Elle vendit tous ce qu'elle avait, ce qui lui produisit deux cents francs ; ses petites dettes payées, elle n'eut plus que quatre-vingts francs environ. A vingt-deux ans, par une belle matinée de printemps, elle quittait Paris, emportant son enfant sur son dos. Quelqu'un qui les eût vues passer tou'es les deux eût eu pitié. Cette femme n'avait au monde que cet enfant, et cet enfant n'avait an monde que cette femme. Fantine avait nourri sa fille ; cela lui avait fatigué la poitrine, et elle toussait un peu.

Nous n'aurons plus occasion de parler de M. Félix Tholomyès. Bornons-nous à dire que, vingt ans plus tard, sous le roi Louis Philippe, c'est un gros avoué de province, influent et riche, électeur sage et juré très sévère ; toujours homme de plaisir.

chia uyên, nghĩ đến mà rụng rời, mà chồn từng khúc ruột, nhưng mà cũng đành phải quyết. Xem sau này mới biết rằng nàng *Fantine* là một bậc nữ-lưu có cái dũng-cảm tối giã-man của những kẻ chịu cái lẽ phải sống ở đời.

Trước hết nàng có được cái chí rất là to cho một người thiếu-nữ, mà bỏ được những đồ trang-sức đi, may áo vải xấu mà mặc, còn bao nhiêu đồ tế-nhuyễn bằng tơ lụa, dải thắm, tua là, *đăng-ten*, chàng-mạng, thì đeo cả vào mình con bé, từ nay là cái vẻ-vang độc-hữu còn sót lại cho mình đó mà thôi, phàm vẻ-vang là một cái hư-vinh, nhưng cái hư-vinh này là một cái hư-vinh đáng trọng. Còn ngoại giả có gì bán nhẵn, thu được hai trăm *francs*. Khi đã trang-trải hết các món nợ vặt rồi, trong lưng còn lại được tám-mươi *francs*. Năm ấy nàng xuân-xanh mới hai-mươi-hai tuổi. Một buổi sáng ngày êm-ấm, về mùa xuân, nàng cõng con từ bỏ đất kinh-thành mà ra đi. Ai mà gặp cũng phải thương tâm ái-ngại. Người đàn-bà ấy duy có đứa anh-nhi ấy ở đời gọi là người thân của mình, mà đứa anh-nhi ấy duy có người đàn-bà ấy ở đời mà thôi. *Fantine* vốn đã nuôi lấy con, cho nên người hơi yếu ốm, khúng-khẳng ho vặt.

Từ sau này mà đi, chúng ta không còn có cơ-hội nào mà nói đến ông *Félix Tholomyès* nữa, âu-là đây ta nói nốt một câu cho trọn cái lịch-truyện của ông. Hai mươi năm về sau, về đời vua *Louis Philippe* (Lộ-ý Phi-lễ) ông đã nên một nhà luật-sĩ, (theo tiếng nhà pháp-luật bấy giờ gọi là đại-ngôn-nhân) cả lớn, có thế-lực, có tư-bản, một nhà đi bảo-cử thức thời-vụ, khi vào bồi-thẩm đại-hình thì nghiêm-khắc ; mà vẫn vào mặt ăn-chơi lịch-thiệp.

Vers le milieu du jour, après avoir, pour se reposer, cheminé de temps en temps, moyennant trois ou quatre sous par lieue, dans ce qu'on apppelait alors les Pet tes Voi ures des Environs de Paris, Fantine se trouvait à Montferme l, dans la ruelle du Boulanger.

Comme elle passait devant l'auberge Thénardier, les deux petites filles enchantées sur leur escarpolette monstre, avaient été pour elle une sorte d'éblouissement, et elle s'était arrêtée devant cette vision de joie.

Il y a des charmes. Ces deux petites filles en furent un pour cette mère.

Elle les considérait, toute émue. La présence des anges est une annonce de paradis. Elle crut vo r au dessus de cette auberge le mystérieux ICI de la providence. Ces deux pe ites éta ent si évidemment heureuses ! E le les regardait, elle les admirait, tellement attendrie qu'au moment où la mère reprenait haleine entre deux vers de sa chanson, elle ne put s'empêcher de lui dire ce mot qu'on vient de lire :

— Vous avez là deux jolis enfants, madame.

Les créatures les plus féroces sont désarmées par la caresse à leurs petits. La mère leva la tête et remercia, et fit asseoir la passante sur le banc de la porte, elle-même étant sur le seuil. Les deux femmes causèrent.

— Je m'appelle madame Thénardier, dit la mère des deux petites. Nous tenons cette auberge.

Còn cô *Fantine* thì đi từ sáng sớm, kéo bộ được khúc đường nào hay khúc ấy, mỗi quá thì lại lên xe ngựa chở chuyến, thời ấy ở vùng thành-ngoại kinh-đô có những thứ xe gọi là *xe nhỏ*, đi mỗi quãng phải trả chừng ba bốn xu một xuất, đến độ nửa buổi thì nàng về đến làng *Monfermeil*, vào chính cái ngõ kêu là ngõ hàng Bánh.

Khi đi qua hàng cơm của vợ chồng *Thénardier* thì nom thấy hai đứa con gái đương thích-chí ở trên cái võng tự-nhiên bằng xích-sắt, thì tự hồ gặp một quang-cảnh rực-rỡ quá làm cho quáng mắt vậy; đương sầu-não mà gặp chỗ vui thì nàng đứng lại.

Ở đời quả có bùa mê khiến được cho người ta phải ngần-ngơ phải say-đắm. Hai đứa con gái nhỏ ấy là một cái bùa mê cho người mẹ ấy.

Fantine đứng nhìn, bồn chồn trong bụng. Có thiên-thần ở đó, ắt là thiên-đường cũng quanh-quất đâu đây. Nhìn lên từng trên nhà hàng cơm hình như thấy có chữ đề ĐÂY là vào Thiên-thai, Cực-lạc. Hai đứa trẻ thật là sung-sướng hớn-hở. Nàng đứng mà nhìn, mà tấm-tắc khen, trong dạ bùi ngùi xúc động, chờ cho người mẹ hát hết câu, ngứt lại lấy hơi, thì ghé lại hỏi:

— Thưa bà, bà có hai cô xinh lắm.

Nghiệm ra đến những hạng đàn-bà dữ như cú như cọp, mà thấy ai mơn-man con mình cũng phải hởi lòng. Người mẹ này nghe tiếng hỏi như thế, thì ngẩng đầu lên mà tạ ơn, rồi mời khách ngồi lên tấm mễ trước cửa, còn mình thì vẫn ngồi yên trên bậu cửa. Hai người đàn-bà bắt chuyện. Bà chủ rằng:

— Tôi là mụ *Thénardier*. Vợ chồng nhà tôi có cái hàng cơm này.

Puis, toujours à sa romance, elle reprit entre ses
dents :

> Il le faut, je suis chevalier,
> Et je pars pour la Palestine.

Cette madame Thénardier était une femme rousse,
charnue, anguleuse ; le type femme à soldat dans
toute sa disgrâce. Et, chose bizarre, avec un air
penché qu'elle devait à des lectures romanesques.
C'était une minaudière hommasse. De vieux romans
qui se sont éraillés sur des imaginations de gargo-
tières ont de ces effets-là. Elle était jeune encore ;
elle avait à peine trente ans. Si cette femme, qui
était accroupie, se fût tenue droite, peut-être sa haute
taille et sa carrure de colosse ambulant propre aux
foires, eussent elles dès l'abord effarouché la voya-
geuse, troublé sa confiance, et fait évanouir ce que
nous avons à raconter. Une personne qui est assise
au lieu d'être debout, les destinées tiennent à cela.

La voyageuse raconta son histoire, un peu
modifiée :

Qu'elle était ouvrière ; que son mari était mort ;
que le travail lui manquait à Paris, et qu'elle allait
en chercher ailleurs ; dans son pays ; qu'elle avait
quitté Paris, le matin même, à pied ; que, comme
elle portait son enfant, se sentant fatiguée, et ayant
rencontré la voiture de Villemomble, elle y était
montée ; que de Villemomble elle était venue à
Monfermeil à pied, que la petite avait un peu mar-
ché, mais pas beaucoup, c'est si jeune, et qu'il avait
fallu la prendre, et que le bijou s'était endormi.

Rồi thì lại nhỏ nhẻ hát nốt câu hát khi nãy :

Phải như vậy, ta là vũ-sĩ.
Phen này ta sang đất Palesline.

Mụ chủ quán đó là một người da đỏ, núc những thịt, hình dung gai góc ; thật là một hạng nữ-nhân nam-tướng, coi có dạng võ-biền. Lạ cho một điều là họ đọc nhiều tiểu-thuyết quá gù cả lưng. Mụ là một thứ đàn-bà hay làm bộ-tịch õng-ẹo mà vẫn ra dáng đàn-ông. Thì ra nhiều thứ tiểu-thuyết cũ mà để cho những hạng đàn-bà bán cơm bán nước đọc nhiều, nó có cái hiệu-quả đó. Người ấy chưa lấy gì làm già. Tuổi chừng ba-mươi mà thôi. Người đàn-bà đang ngồi xổm đó, giả-sử khi ấy mà đứng, thì có lẽ người khách cõng con qua đường kia, thoạt nhìn thấy hình-dung cao lớn, mặt to vai rộng, để đem phô ngoài hội chợ lấy tiền thì xứng lắm, chắc hẳn cũng chợn mà không dám đến gần, cơn rứa thì câu chuyện sắp kể sau đây lại là không có nữa. Ấy đó, một người ngồi không đứng, số phận con người ta trắng đen bởi một li một đỉnh như thế.

Khách cũng đem lai-lịch mình ra kể, nhưng đổi đi ít nhiều,

Nói rằng mình làm thợ, chồng vừa chết, ở *Paris* không có việc làm, phải đi nơi khác kiếm ăn : giờ hãy về chốn quê quán : rằng mình từ *Paris* đi từ sáng sớm, đi bộ mà lại cõng con, đương mệt-nhọc nhân gặp chuyến xe đi *Villemomble* thì trèo lên xe đi cho đỡ nhọc. Từ *Ville-momble* lại đi bộ đến *Monfermeil*. Con bé cũng có đặt xuống đường cho nó đi một quãng, nhưng nó đi không được mấy, còn non yếu ớt, thành thử lại phải bồng lên, thì con nhọc ngủ ngay trên tay.

Et sur ce mot elle donna à sa fille un baiser passionné qui la réveilla. L'enfant ouvrit les yeux, de grands yeux bleus comme ceux de sa mère, et regarda, quoi? rien, tout, avec cet air sér eux et quelquefois sévère des petits enfants, qui est un mystère de leur lumineuse innocence devant nos crépuscules de vertus. On dirait qu'ils se sentent anges et qu'ils nous savent hommes. Puis l'enfant se mit à rire, et. quoique la mère la retînt, glissa à terre avec l indomptab'e énergie d'un petit être qui veut courir. Tout à coup elle aperçut les deux autres sur leur balançoire, s'arrêta court, et tira la langue, signe d'admiration,

La mère Thénardier détacha ses filles, les fit descendre de l'escarpolette. et dit :

Amusez-vous toutes les trois.

Ces âges là s'apprivoisent vite; et au bout d'une minute les petites Thénardier jouaient avec la nouvelle venue à faire des trous dans la terre, plais.r immense.

Cette nouvelle venue était très gaie, la bonté de la mère est écrite dans la gaîté du marmot; el e avait pris un brin de bois qui lui servait oe pelle, et elle creusait énergiquement une fosse bonne pour une mouche. ' e que fait le fossoyeur devient riant, fait par l'enfant.

Les deux femmes continuaient de causer.

Comment s'appelle votre mioche?

— Cosette.

Nói như vậy rồi đậm-đà mà hôn con một cái, con bé thức dậy. Đứa trẻ mở mắt ra, hai con mắt to mà xanh, y như mắt mẹ, nó nhìn. Nhìn gì ? không nhìn gì, mà cái gì cũng nhìn. Coi bộ nó nghiêm trang, có khi lại như là khắc-khoảnh, nhiều đứa con-nít như thế, thật là một điều huyền-bí ở trong cái vô-tri vô-thức sáng-sủa của đứa anh-nhi, ở trước cái lương-tâm đã xế bóng của chúng ta. Tự hồ chúng nó biết mình chúng nó là trong như gương, trắng như tuyết, mà chúng nó lại biết chúng ta thì trải qua biết mấy phong-trần. Rồi con bé lại cười, cười rồi tụt xuống đất, mẹ giữ làm sao cũng không được, thật là cái nghị-lực, cái quả-quyết của đứa bé đương thèm chạy. Bỗng nó nhìn thấy hai đứa bé kia đương ngồi trên đu, nó đứng sững ngay lại, thè lưỡi ra, đó là một cách hoan-thưởng của con-nít vậy.

Mụ *Théna dier* bồng hai đứa con mình đặt xuống đất, rồi nói :

— Ba đứa cùng chơi với nhau đi.

Cái tuổi ấy đương là tuổi làm thân rất chóng, chỉ trong một phút hai con bé nhà *Thénardier* cùng con bé này chơi đào lỗ ở dưới đất, coi bộ thích chí lắm.

Con bé mới đến, tính thật là vui, nhìn con vui đủ biết rằng mẹ hiền : nó nhặt đâu được một cái que củi, dùng làm thuổng mà đào đất, đào mạnh tay thành ra được một cái lỗ, chôn đủ được một con ruồi. Vậy mới biết cái việc của người đào huyệt, mà ở tay đứa trẻ con làm, cũng hóa ra một việc vui cười.

Hai người mẹ thì ngồi cứ việc chuyện.

— Con bà tên là gì ?

Cosette.

— Cosette, lisez Euphrasie. La petite se nommait Euphrasie Mais d'Euphrasie la mère avait fait Cosette, par ce doux et gracieux instinct des mères et du peuple qui change Josefa en Pepita et Françoise en Sillette: C'est là un genre de dérivés qui dérange et déconcerte toute la science des étymologistes. Nous avons connu une grand'mère qui avait réussi à faire de Théodore, Gnon

— Quel âge a t-elle ?

— Elle va sur trois ans.

C'est comme mon aînée.

Cependant les trois petites filles étaient groupées dans une posture d'anxiété profonde et de béatitude ; un évènement avait lieu ; un gros ver venait de sortir de terre ; et elles avaient peur, et elles étaient en extase.

Leurs fronts radieux se touchaient ; on eût dit trois têtes dans une auréole.

Les enfants, s'écria la mère Thénardier. comme ça se connaît tout de suite ! les voilà qu'on jurerait trois sœurs !

Ce mot fut l'étincelle qu'attendait probablement l'autre mère. Elle saisit la main de la Thénardier, la regarda fixement, et lui dit :

— Voulez-vous me garder mon enfant ?

La Thénardier eut un de ces mouvements surpris qui ne sont ni le consentement ni le refus.

La mère de Cosette poursuivit :

Phàm hễ thấy ai tên là *Cosette* thì nên đọc là *Euphrasie*. Con bé chính tên là *Euphrasie*, nhưng tiếng *Euphrasie* mẹ nó đã đổi ra là *Cosette*. Sự đọc tên nọ ra tên kia đó, kì lý-do nó ở trong cái bản-năng rất êm-ái, rất ôn-nhã của những người đàn-bà có con và của bọn lê-dân. *Josefa* thì họ đổi ra *Pépila*; *Françoise* thì đổi ra *Sillette*. Cái thể hoán-hình cho tiếng gọi đó, không nhà khảo tự-nguyên nào có thể giải-nghĩa được. Trước-giả đây đã được quen một bà-cụ, có cháu tên là *Théodore*, mà không biết làm thế nào lại gọi ra *Gnon* được.

· — Con bà lên mấy?

— Cháu sắp đầy ba tuổi.

— Thế ra cũng bằng con cháu lớn nhà tôi.

Trong khi ấy thì ba con bé đương đứng xúm đầu vào với nhau, có ý lo-sợ mà lại có ý mê-thích; thì ra có xẩy ra một sự; dưới đất có một con giun to-tướng vừa đùn lên; ba đứa cùng sợ, cùng thích mê đi mà đứng nhìn.

Ba cái trán như gương, kề gần lại nhau, tự hồ ba cái đầu chung nhau một cái hào-quang. Mụ *Thénardier* lớn tiếng mà rằng :

— Con trẻ, quen nhau thật chóng. Mới đấy với đây, mà ai chẳng bảo là ba chị em ruột.

Câu nói ấy chừng là cái lòe lửa mà người mẹ kia đương chờ đợi. Thoạt nghe, nắm ngay lấy tay mụ chủ quán, nhìn vào tận mặt mà rằng :

— Bà có bằng lòng giữ hộ con cho tôi không ?

Mụ *Thénardier* giật mình một cái, không ra ừ cũng không ra chối. Mẹ con *Cosette* lại hỏi :

Voyez-vous, je ne peux pas emmener ma fi le au pays. L'ouvrage ne le permet pas. Avec un enfant, on ne trouve pas à se placer. Ils sont si ridicules dans ce pays là. C'est le bon Dieu qui m'a fait passer devant votre auberge. Quand j'ai vu vos petites si jolies et si propres si contentes, cela m'a bouleversée. J'ai dit: voilà une bonne mère C'est ça, ça fera trois sœurs. Et puis, je ne serai pas longtemps à revenir. Voulez-vous me garder mon enfant ?

Il faudrait voir, dit la Thénardier.

Je donnerais six francs par mois.

Ici une voix d'homme cria du fond de la gargote :

- Pas à moins de sept francs. Et six mois payés d'avance.

— Six fois sept quarante deux, dit la Thénardier,

— Je les donnerai, dit la mère.

— Et quinze francs en dehors pour les premiers frais, ajouta la voix d'homme

— Total cinquante sept francs, dit la madame Thénardier. Et à travers ces chiffres. elle chantonnait vaguement :

Il le faut, disait un guerrier.

— Je les donnerai, dit la mère, j'ai quatre-vingts francs. Il me restera de quoi aller au pays. En allant à pied. Je gagnerai de l'argent là bas. et dès que j'en aurai un peu, je reviendrai chercher l'amour

— Bà có bằng lòng không ? Tôi không thể đem cháu theo về quê tôi được. Việc làm ăn phải thế. Con mọn ai nuôi ai dùng. Lạ gì những chốn ấy, hử bà. Tôi đi qua đây hôm nay thật là lòng trời dun-dủi. Khi tôi được nhìn thấy hai con bé nhà bà xinh-tốt như thế, sạch-sẽ như thế, sung-sướng như thế, thì tôi lấy làm nao nức trong lòng. Tôi bụng bảo dạ : Người này chắc là khéo nuôi con. Phải đấy. Bà cứ cho con tôi ở đây nữa, thì thật được như ba chị em ruột. Và tôi đi ít lâu tôi trở lại. Bà bằng-lòng giữ con tôi không ?

— Để tôi còn xem đã.

— Mỗi tháng tôi xin đưa bà sáu *francs*.

Nói đến đó thì trong cửa hàng có tiếng đàn-ông nói ra rang :

— Kém bảy *francs* không được, mà phải đưa sáu tháng trước.

Mụ chủ quán tính :

— Sáu bảy bốn-mươi-hai.

— Tôi xin đưa tiền đây.

Tiếng đàn-ông ở trong lại nói :

— Phải thêm mười-lăm *francs* nữa để chi các khoản vặt phải tiêu trước.

Mụ chủ quán vừa tính nhẩm :

— Cộng là năm-mươi-bảy *francs*.

Vừa lở hát luôn câu hát đương dở.

Phải như vậy, ông tướng nói rằng...

— Năm-mươi-bảy thì năm mươi-bảy, tôi xin đưa trước. Đây tôi có những tám-mươi *francs*. Số tiền còn lại, về cho đến quê cũng đủ. Nhưng phải đi bộ. Về đến quê tôi cố làm ăn kiếm tiền. Bao giờ để ra được nhiều ít, tôi sẽ lại đây xin lĩnh cháu.

La voix d'homme reprit :

— La petite a un trousseau ?

— C'est mon mari, dit la Thénardier.

Sans doute elle a un trousseau, le pauvre trésor. J'ai bien vu que c'était votre mari. Et un beau trousseau encore ! un trousseau insensé. Tout par douzaines ; et des robes de soie comme une dame Il est là dans mon sac de nuit.

— Il faudra le donner, repartit la voix d'homme.

— Je crois bien que je le donnerai ! dit la mère. Ce serait cela qui serait drôle si je laissais ma fille toute nue !

La face du maître apparut.

C'est bon dit-il,

Le marché fut conclu. La mère passa la nuit à l'auberge, donna son argent et laissa son enfant, renoua son sac de nuit dégonflé du trousseau et léger désormais, et partit le lendemain matin comptant revenir bientôt. On arrange tranquillement ees départs là, mais ce sont des désespoirs.

Une voisine des Thénàrdier rencontra cette mère comme elle s'en allait. et s'en revint en disant :

— Je viens de voir une femme qui pleure dans la rue, que c'est un déchirement.

Quand la mère de Cosette fut partie, l'homme dit à la femme :

Tiếng đàn-ông lại hỏi :

— Con bé có đủ sống áo thay chăng ?

Mụ chủ quán bấy giờ mới giới-thiệu :

— Đây là chồng tôi.

— Hẳn chứ, Con tôi thiếu gì sống áo. Tôi cũng biết đấy là ông nhà bà rồi. Bộ cánh của con tôi thì thật là lịch-sự. Một bộ cánh vô-lý. Cái gì cũng hàng tá. Mà những đồ tơ lụa như là bộ cánh của một vị phu-nhân vậy. Ở cả trong đẫy của tôi kia.

Tiếng đàn-ông lại nhắc :

— Có sống áo thì phải đưa cho mới được.

— Chẳng đưa thì tôi giữ làm gì. Con tôi khi nào tôi lại để cho nó phải ở truồng.

Bấy giờ chủ-ông mới đem bộ mặt ra mà rằng :

— Nếu vậy được.

Hai bên giao đoan với nhau. Người mẹ tối hôm ấy ngủ trọ lại đó, sáng hôm sau đếm tiền đưa trước, gửi con lại, rồi cuốn gói mà ra đi. Cái gói từ lúc đó nhẹ hẳn đi được cái bộ cánh của đứa con nhỏ, ra đi những mong không bao lâu sẽ trở lại. Những sự li biệt đó thường thì bề ngoài làm ra điềm-đạm cho xong việc, mà bề trong thì thật là xót-xa thê-thảm.

Hôm ấy có một chị láng diềng của vợ chồng *Thénadier* nhân gặp *Fantine* giữa lúc nàng ở quán trọ đi ra, vội chạy trở lại mà thuật chuyện rằng :

— Tôi vừa gặp một người đàn-bà vừa đi vừa khóc ngoài đường, thật là xé gan đứt ruột.

Khi mẹ con *Cosette* đã đi khỏi rồi, chồng bảo vợ :

— Cela va me payer mon effet de cent dix francs qui échoit demain. Il me manquait cinquante francs. Sais-tu que j'aurais eu l'huissier et un protêt ? Tu as fait là une bonne souricière avec tes petites.

— Sans m'en douter, dit la femme.

II

Première esquisse de deux figures louches

La souris prise était bien ché ive ; mais le chat se réjouit même d'une souris maigre.

Qu'était-ce que les Thénardier ?

Disons-en un mot dès à présent. Nous compléterons le croquis plus tard.

Ces êtres appartenaient à cette classe bâtarde composée de gens grossiers parvenus et de gens intelligents déchus, qui est entre la classe dite moyenne et la classe dite inférieure, et qui combine quelques-uns des défauts de la seconde avec presque tous les vices de la première, sans avoir le généreux élan de l'ouvrier ni l'ordre honnête du bourgeois.

C'étaient de ces natures naines qui, si quelque feu sombre les chauffe par hasard, deviennent

— May quá, ngày mai ta vừa có món nợ một trăm mười *francs* đến hạn, mà lại thiếu năm-mươi *francs*. Nếu không có món này, thì thật là mõ-tòa đem giấy cự đến nhà chứ không thoát. Mẹ mày thật là khéo đem hai đứa con đỏ mà đánh bẫy người.

Con vợ nói :

— Vậy là vô-tình, chứ ta chí đánh bẫy ai đâu.

II

M íy nét phác-họa để tả chân-dung hai đứa bất-nhân

Con chuột mắc bẫy chẳng to béo gì, nhưng dẫu chuột gầy cũng thỏa-thuê lòng mèo rồi.

Vợ chồng nhà *Thénardier* này là người thế nào ?

Tức thời ta sẽ phác ra vài ba nét, sau sẽ tả nốt hai cái chân-dung đó.

Những quân ấy thuộc về cái hạng người gốc rễ không minh cho lắm, lúc thì là những quân phàm-tục mới giàu lên, khi thì là những kẻ nguyên cũng có trí-khôn linh lợi mà sau sa-sút hạ 'g ấy thấp hơn hạng người trung-bình mà cao hơn hạng người dê mạt; những thói xấu của đám mạt-đẳng thì họ có ít nhiều, nhưng bao nhiêu nết hư của đám trung-đẳng thì họ có đủ, hai thứ thói xấu với nết hư đó họ trộn lộn với nhau mà làm nên một tư-cách đặc-biệt của mình; họ kém hẳn đám thợ-thuyền một thứ là kẻ cố-công cũng còn có khi trong lòng thấy dũng-cảm phấn-động lên mà làm nổi việc hay; lại kém đám trung-lưu xã-hội một điều là đám trung-lưu thường có tiết-kiệm ngăn-nắp.

facilement monstrueuses. Il y avait dans la femme le fond d'une brute et dans l'homme l'étoffe d'un gueux Tous deux étaient au plus haut degré susceptibles de l'espèce de hideux progrès qui se fait dans le sens du mal. Il ex ste des âmes écrevisses reculant continuellement vers les ténèbres, rétrogradant dans la vie plutôt qu'elles n'y avancent, employant l'espérience à augmenter leur difformité, empirant sans cesse, et s'empreignant de plus en plus d'une noirceur croissante. Cet homme et cette femme étaient de ces âmes-là.

Le Thénardier particulièrement était gênant pour le physionomiste. On n'à qu'a regarder certains hommes pour s'en défier, on les sent ténébreux à leurs deux extrémités. Ils sont inquiets derrière eux et menaçants devant eux. Il y a en eux de l'inconnu. On ne peut pas plus répondre de ce qu'ils ont fait que de ce qu'ils feront. L'ombre qu'ils ont dans le regard les dénonce. Rien qu'en les entendant dire un mot ou qu'en les voyant faire un geste on entrevoit de sombres secrets dans leur passé et de sombres mystères dans leur avenir.

Ce Thénardier, s'il fallait l'en croire, avait été soldat : sergeant, disait-il ; il avait fait probablement la campagne de 815, et s'était même comporté assez bravement, à ce qu'il paraît. Nous verrons

Đây là một hạng tiểu-nhân, bình-nhựt thì là nhỏ-mọn thấp-bé, động có chút tham-tâm, tình-dục gì nó xui khiến ra, thì tự dưng biến hẳn ngay ra một giống yêu quái dữ tợn. Xét trong vẻ người con vợ, vẫn có cái căn bản phũ-phàng cầm thú, mà xét trong dáng điệu thằng chồng, thì vẫn có khí cục thằng keo. Cả hai đứa cùng có một cái sức khuynh-hướng về đường ác, mạnh bằng nhau mà ghê-gớm như nhau. Thì ra trong nhân-loại có những thứ lòng người như con tôm con cáy cứ giật lùi vào những nơi tối-tăm xầm-uất, mỗi ngày một lui mà không có tới, càng sống lâu thì lại dùng cái lịch-duyệt để mà uốn cho cong, bóp cho bẹp, mỗi ngày một xấu thêm, u-ám thêm. Thằng đàn-ông đó và con đàn-bà đó chính là vào cái thứ loại ấy.

Thằng chồng thì lại là một người khách khó đãi cho nhà xem tướng. Có kẻ nhác nom là đủ phải ngờ vực e sợ. Dầu lúc họ cứng hay khi họ mềm cũng là biết ngay được bụng. Sau lưng thì họ dụt-dè sợ hãi, mà trước mặt thì họ nộ-nạt làm giả. Trong cách cử chỉ của họ có cái gì ám-muội. Việc họ làm rồi không ai dám quyết là việc lành, mà việc họ sắp làm không ai dám đoan rằng không phải việc dữ. Trong con mắt họ bao giờ cũng có cái vẻ nên ngờ. Nghe họ nói ra một tiếng, nhìn họ cử động chân tay, đã đủ đoán ra rằng trong cái việc nghiệp-dĩ của họ, có điều thầm vụng, mà trong cái việc họ đang mưu đồ, tất có cơ huyền-bí chi đây.

Gã *Thénardier* đó cứ tin như lời gã nói, thì nguyên trước nó đã đi lính ; đã đóng đội ; chừng đã đi tòng-chinh năm 1815, mà nghe đâu tại chiến-trường lại đã ra tay xuất sắc. Sau này rồi ta xét xem trong bấy nhiêu điều

plus tard ce qu'il en était. L'enseigne de son cabaret était une allusion à l'un de ses faits d'armes. Il l'avait peinte lui-même, car il savait faire un peu de tout ; mal.

C'était l'époque où l'antique roman classique, qui, après avoir été *Clélie*, n'était plus que *Ladoiska*, toujours noble, mais de plus en plus vulgaire, tombé de Mademoiselle de Scudéri à Madame Barthélemy-Hadot, et de Madame de Lafayette à Madame Bournon-Malarme, incendiait l'âme aimante des portières de Paris et ravageait même un peu la banlieue. Madame Thénardier était juste assez intelligente pour lire ces espèces de livres. Elle s'en nourrissait. Elle y noyait ce qu'elle avait de cervelle ; cela lui avait donné, tant qu'elle avait été très jeune, et même un peu plus tard, une sorte d'attitude pensive près de son mari, coquin d'une certaine profondeur, ruffian lettré à la grammaire près, grossier et fin en même temps, mais, en fait de sentimentalisme, lisant Pigault-Lebrun, et pour « tout ce qui touche le sexe », comme il disait dans son jargon, butor correct et sans mélange. Sa femme avait quelque douze ou quinze ans de moins que lui. Plus tard, quand les cheveux romanesquement pleureurs commencèrent à grisonner, quand

nó khai ở lý-lịch miệng, có những điều gì là thật. Cái biển gỗ treo trên cửa hàng, chính tay gã vẽ ra là có ý thuật lại một thủ-đoạn riêng của mình tại chiến-trường. Gã ta vẽ lấy vì có biết vẽ, nghề gì gã cũng biết, nhưng biết lõm-bõm mà thôi.

Thời buổi lúc ấy là chính giữa cái thời buổi mà quyền tiểu-thuyết cổ đã vào hạng điển-văn, trước gọi là *Clélie*, sau lại gọi là *Lodoiska*, tuy vẫn còn vẻ cao quí, nhưng mỗi ngày một hóa bình phàm, trước còn là lối văn-chương như văn-chương bà *Scadéri*, sau hóa ra những lối như lối văn bà *Barthélemy-Hadot*; trước còn ra lối văn của bà *Lafayette* mà sau hóa ra lối văn như văn của bà *Bournon-Malarme*; quyền tiểu-thuyết ấy đương như rót dầu dóm lửa ở trong tấm lòng đa cảm của mấy chị canh-cửa chốn kinh-thành, cái hại đương lan ra cả những nơi thành ngoại nữa. Mụ *Thénardier* thì ra vừa đủ tài để mà đọc những thứ sách đó. Mụ quả nuôi trí bằng sách ấy, trong óc có chút não chất nào thì đem mà dìm mà ngâm cả vào cái nghĩa-lý những tiểu-thuyết ấy, mụ còn xuân xanh tuổi trẻ ngày nào, kịp cho đến khi xuân đã tàn tuổi đã đứng cũng vậy, thì cái hiệu quả của việc đọc sách đó, còn là khiến cho mụ những khi ở bên mình thằng chồng, hơi có dáng tư-lự ngẩn-ngơ. Mà thằng chồng đó thì vào hạng tiểu-nhân mà có tính bất-trắc nham hiểm chứ không vừa; một tay ăn chơi hay chữ mà không cần thuộc mẹo, thô-bỉ cũng có mà cao-nhã cũng có; về phương-diện cảm-tình thì đọc đến sách của *Pigault-Lebrun*; còn về cách giao thiệp với đám phụ nữ thì gã ta là một đứa thô-lỗ, nhưng mà hợp cách lắm, không có điều gì nhố-nhăng cả. Con vợ nó thì trẻ hơn nó chừng

la Mégère se dégagea de la Paméla, la Thénardier ne fut plus qu'une grosse méchante femme ayant savouré des romans bêtes. Or on ne lit pas impunément des niaiseries. Il en résulta que sa fille aînée se nomma Éponine. Quant à la cadette, la pauvre petite faillit se nommer Gulnare ; elle dut à je ne sais quelle heureuse diversion faite par un roman de Ducray Duminil, de ne s'appeler qu'Azelma.

Au reste, pour le dire en passant, tout n'est pas ridicule et superficiel dans cette curieuse époque à laquelle nous faisons ici allusion, et qu'on pourrait appeler l'anarchie des noms de baptême. A côté de l'élément romanesque, que nous venons d'indiquer, il y a le symptôme social. Il n'est pas rare aujourd'hui que le garçon bouvier se nomme Arthur, Alfred ou Alphonse, et que le vicomte — s'il y a encore des vicomtes — se nomme Thomas, Pierre ou Jacques. Ce déplacement qui met le nom « élégant » sur le plébéien et le nom campagnard sur l'aristocrate n'est autre chose qu'un remous d'égalité. L'irrésistible pénétration du souffle nouveau est là comme en tout. Sous cette discordance apparente, il y a une chose grande et profonde : la révolution française.

mười-hai hay là mười-lăm tuổi. Về sau, khi cái mớ tóc rũ-rợi theo trong tiểu-thuyết của mụ đã đốm hoa dâm rồi, khi con đàn-bà dún-đởn đã biến ra một đứa nghiệt-phụ rồi, thì mụ *Thénardier* chỉ còn có cái xác một con đàn-bà to béo mà nanh-ác, còn cái ngấn những sách nhảm đọc nhiều nó in lại trên nét mặt đó thôi. Phàm người ta mà đọc những sách nhảm tất có công phạt. Bởi những sách nhảm ấy mà đứa con gái lớn đặt tên là *Eponine*. Còn con bé út thì xuýt nữa đã phải đội tên là *Gulnare*. Phúc làm sao khi sinh ra con bé ấy, mẹ nó lại đọc sang thứ tiểu-thuyết khác của *Ducray-Duminil*, cho nên lại đặt tên cho nó là *Azelma* mà thôi.

Vả, tiện đây ta bàn qua đến nhân thể, trong cái thời-đại rất ngộ đó, có thể gọi được là thời-đại đặt tên cho trẻ ngược đời, cũng không nên cười cả mà cũng không nên coi là thiển-cận cả. Ngoại-giả cái ảnh-hưởng tiểu-thuyết. lại còn có một cái lý-do ở xã-hội mà ra nữa. Bởi thời-ấy mà ngày nay ta thường gặp những thằng chăn bò tên là *Arthur*, *Alfred* hay là *Alphonse*; mà những ông tử-tước—chẳng biết có còn ai là tử-tước nữa không? — thì lại đội tên là *Thomas*, *Pierre* hay là *Jacques*. Cuộc thay bậc đổi ngôi đó, những tên lịch-sự thì đặt cho con nhà lê-thứ, mà những tên quê-mùa thì đặt cho con nhà quí-tộc, xét ra cũng chẳng qua do cái phong-trào bình-đẳng. Trong cái việc đặt tên cho trẻ đó cũng như là trong mọi việc khác, trận gió mới cũng lọt vào khắp cả. Tuy-nhiên trong cái chu-vi lố-lăng đó, nhìn cho kỹ thì vẫn thấy một cái rất lớn lao, rất thảm viễn, là cuộc Cách-mệnh của nước Pháp.

III

L'alouette

Il ne suffit pas d'être méchant pour prospérer. La gargote allait mal.

Grâce aux cinquante-sept francs de la voyageuse, Thénardier avait pu éviter un protêt et faire honneur à sa signature. Le mois suivant, ils eurent encore besoin d'argent ; la femme porta à Paris et engagea au Mont-de-Piété le trousseau de Cosette pour une somme de soixante francs. Dès que cette somme fut dépensée, les Thénardrier s'accoutumèrent à ne plus voir dans la petite fille qu'un enfant qu'ils avaient chez eux par charité. et la traitèrent en conséquence. Com ne elle n'avait plus de trousseau, on l'habilla des vieilles jupes et des vieilles chemises des petites Thénardier, c'est à dire de haillons. On la nourrit des restes de tout le monde, un peu mieux que le chien et un peu plus mal que le chat. Le chat et le chien étaient du reste ses commensaux habituels : Cosette mangeait avec eux sous la table dans une écuelle de bois pareille à la leur.

La mère qui s'était fixée, comme on le verra plus tard à Montreuil-sur-mer, écrivait, on, pour mieux dire, faisait écrire tous les mois afin d avoir des nouvelles de son enfant. Les Thénardier répo daient invariablement : Cosette est à merveille.

Les six premiers mois révolus, la mère envoya sept francs pour le septième mois, et continua assez

III

Con chim sơn-ca

Ở đời không cứ rằng nghiệt làm ăn mới chóng giàu. Cửa hàng nhà *Thénardier* mỗi ngày một xuống.

Nhờ có chỗ năm-mươi-bảy *francs* của chị chàng có con đem gửi, gã chủ quán tháng ấy tránh khỏi được cái giấy cự của mõ-tòa, và y được hẹn với chủ nợ. Nhưng đến tháng sau túng lại hoàn túng. Con vợ bèn đem bộ cánh của *Cosette* ra *Paris*, cầm được sáu-mươi *francs*. Khi đã tiêu hết cái số tiền ấy rồi, thì từ đó hai vợ chồng nhà *Thé-nardier* dần dần tự tập lấy thói quen coi con bé như thể đã lấy thiện-tâm mà nhặt đầu về nuôi vậy, đã coi là đứa ăn báo thì lại nuôi ra cách báo-cô. Bộ-cánh con bé đã cầm mất rồi, thì lại lấy những xống áo cũ của hai con bé kia mà mặc cho nó, toàn là những đồ đã rách bươm ra cả. Ăn thì cho ăn những đồ thừa của cả nhà, hơn con chó được một bậc, nhưng mà lại kém con mèo. Vả thường thì cùng ăn với mèo và chó, ở dưới gầm bàn, cũng được một cái bát gỗ như con mèo con chó vậy.

Mẹ thì đã kiếm được việc yên thân ở *Montreuil-sur-mer* rồi, cứ mỗi tháng viết một phong thư nói cho đúng là đi nhờ người viết hộ phong thư để hỏi thăm con. Bao giờ vợ chồng nhà này cũng chỉ có một câu trả lời, là con bé vẫn chơi và mạnh-khỏe.

Khi đã hết cái hạn sáu tháng tiền trả trước rồi, thì *Fantine* gửi đến bảy *francs* để trả tiền cơm tháng thứ bảy, sau rồi tháng nào trả tiền tháng ấy cũng được sòng

exactement ses envois de mois en mois. L'année n'était pas finie que le Thénardier dit : Une belle grâce qu'elle nous fait là ! que veut-elle que nous fassions avec ses sept francs ? Et il écrivit pour exiger douze francs, La mère, à laquelle ils persuadaient que son enfant était henreuse « et venait bien », se soumit et envoya les douze francs,

Certaines natures ne peuvent aimer d'un côté sans haïr de l'autre. La mère Thénardier aimait passionnément ses deux filles à elle, ce qui fit qu'elle détesta l'é rangère. Il est trisle de songer que l'amour d'une mère peut avoir de vilains aspects. Si peu de place que Cesette tînt chez elle, il lui semblait que cela était pris aux siens, et que cette petite diminuait l'air que ses filles respiraient. Cette femme, comme beaucoup de femmes de sa sorte, avait une somme de caresses et une somme de coups et d'injures à dépenser chaque jour. Si elle n'avait pas eu Cosette, il est certain que ses filles, tout idolâtrées qu'elles étaient, auraient tout reçu ; mais l'étrangère leur rendit le service de détourner les coups sur elle. Ses filles n'eurent que les caresses. Cosette ne faisait pas un mouvement qui ne fît pleuvoir sur sa tête une grêle de châtiments violents et immérités. Doux être faible qui ne deva t r,en comprendre à ce monde, ni à Dieu, sans cesse punie, grondée, rudoyée, battue et

phẳng. Chưa được mãn năm thì thằng chồng nhà *Thé-nardier* nói : — Mỗi tháng bảy *francs* thì chẳng biết làm cái gì được ? Rồi nó lại gửi thư đòi mỗi tháng mười-hai *francs*. Mẹ thấy nói con được ăn chơi thỏa thích, mà lại chóng lớn, thì chịu lời ngay, từ đó mỗi tháng gửi đến mười-hai *francs*.

Có nhiều người hễ yêu chỗ này thì phải ghét chỗ khác. Nhưng mụ *Thénardier* thì yêu hai đứa con của mình một cách thái quá, cho nên con của người thì ghét. Than ôi ! cái lòng thương con của một người mẹ, lý ưng nhìn cái phương-diện nào nó cũng là đẹp mới phải. Ngờ đâu nó cũng có phía nom thật là xấu. Tội-nghiệp con bé *Cosette*, ở trong cái nhà ấy thì phỏng chật mất là bao nhiêu đất, vậy mà mụ chủ nhà hình như oán nó, đứng ngồi đâu là thiệt mất của hai con của mụ đó. Tự hồ con bé hô-hấp mất chút không-khí nào, là thiệt mất chút không-khí đó cho hai con bé kia vậy. Con đàn-bà ấy, cũng như nhiều những đàn-bà trong hạng nó, tự hồ mỗi ngày có một số-ngữ hôn-hít yêu-đương là bao nhiêu, đánh đập chửi bới là bao nhiêu vậy. May ra mà có con *Cosette* ở đó, ví nếu không thì có lẽ hai đứa con đẻ của nó, dầu yêu dấu thế nào mặc lòng, cũng phải thâu-nạp đủ cả hai thứ. May có con bé người ta gửi đấy, thì bao nhiêu đánh đập chửi rủa nó chịu cả ; còn sự vuốt-ve hôn-hít để phần hai đứa con đẻ chủ nhà. Con *Cosette* thì cựa một cái là đánh phạt mắng chửi túi bụi. Tội nghiệp con bé hiền lành, yếu ớt, chắc hẳn nó không hiểu được thế-gian này ra làm sao, mà Thiên-chúa là thế nào, nó cũng là một thân người mà chỉ luôn luôn phải đánh, phải phạt, phải chửi, phải mắng, phải dày-dật cực khổ, trong khi ấy thì cùng

voyant à côté d'elle deux petites créatures comme elle, qui vivaient dans uu rayon d'aurore !

La Thénardier étant méchante pour Cosette, Éponine et Azelma furent méchantes. Les enfants, à cet âge, ne sont que des exemplaires de la mère. Le format est plus petit, voilà tout.

Une année s'écoula, puis une autre.

On disait dans le village :

— Ces Thénardier sont de braves gens. Ils ne sont pas riches, et ils élèvent un pauvre enfant qu'on leur a abandonné chez eux !

On croyait Cosette oubliée par sa mère.

Cependant le Tnénardier, ayant appris par on ne sait quelles voies obscures que l'enfant était probablement bâtard et que la mère ne pouvait l'avouer, exigea quinze francs par mois, disant que « la créature » grandissait et « *mangeait* » et menaçant de la renvoyer « Qu'elle ne m'embête pas ! s'écriait-il, je lui bombarde son mioche tout au beau milieu de ses cachoteries. Il me faut de l'augmentation. » La mère paya les quinze francs.

D'année en année, l'enfant grandit. et sa misère aussi.

Tant que Cosette fut toute petite, elle fut le souffre-douleur des deux autres enfants; dès qu'elle se mit à se développer un peu c'est à-dire avant même qu'elle eût cinq ans, elle devint la servante de la maison.

trong một nhà hai con bé kia cũng là thần người, sao lúc nào cũng sướng như là nuôi ở trong một cảnh hào-quang vậy.

Mẹ nó đã ở dữ-ác với *Cosette* thì hai con nó, *Eponine* và *Azelma*, cũng dữ-ác như thế. Tuổi ấy chính là tuổi con gái theo mẹ từng điều. Duy khác nhau có một già một trẻ.

Qua một năm, rồi qua một năm nữa.

Trong làng đó họ nói rằng :

— Vợ chồng nhà *Thénardier* này thật là tốt bụng. Nhà đã không có, mà lại còn phải nuôi thêm một đứa con người ta bỏ lại cho.

Ai cũng tưởng *Cosette* là một đứa con mẹ bỏ.

Trong khi ấy thì gã *Thénardier* không biết thăm dò ở đâu ra, mà biết được rằng con bé chừng đâu là con đẻ hoang thai, mẹ nó tất nhiên không dám nhận, gã bèn đòi những mười-lăm *francs* một tháng, nói rằng con bé lớn lên như thổi, ăn như tằm ăn dỗi, dọa rằng hễ không được y như số ấy thì duổi đi không nuôi hộ nữa. Thường thằng thất-phu ấy kêu với vợ rằng : « Này ông bảo cho con mẹ nó, đừng có trêu ông vào, mà ông đem thằng con ranh, ông ẩn vào giữa chỗ đương giấu-giếm cho mà xem. Tiền tháng phải tăng cho ông mới được. » *Fantine* đành lại phải trả mỗi tháng mười-lăm *francs*.

Mỗi năm con bé một lớn lên, cái khổ não của nó cũng mỗi năm một lớn.

Con bé còn nhỏ thì còn là đứa chịu tội cho hai đứa con chủ nhà. Khi nó đã lớn lên một chút, nghĩa là trước

Cinq ans, dira-t-on, c'est invraisemblable. Hélas, c'est vrai. La souffrance sociale commence à tout âge. N'avons-nous pas vu, récemment, le procès d'un nommé Dumolard, orphelin devenu bandit, qui, dès l'âge de cinq ans disent les documents officiels étant seul au monde « travaillait pour vivre, et volait ».

On fit faire à Cosette les commissions, balayer les chambres, la cour, la rue, laver la vaisselle, porter même des fardeaux. Les Thénardier se crurent d'autant plus autorisés à agir ainsi que la mère qui était toujours à Montreuil sur-mer commença à mal payer. Quelques mois restèrent en souffrance.

Si cette mère fût revenue à Montfermeil au bout de ces trois années, elle n'eût point reconnu son enfant. Cosette, si jolie et si fraîche à son arrivée dans cete maison, était maintenant maigre et blême. Elle avait je ne sais quelle allure inquiète. Sournoise ! disaient les Thénardier.

L'injustice l'avait faite hargneuse et la misère l'avait rendue laide. Il ne lui restait plus que ses beaux yeux qui faisaient peine, parce que, grands comme ils étaient, il semblait qu'on y vît une plus grande quantité de tristesse.

C'était une chose navrante de voir, l'hiver, ce pauvre enfant, qui n'avait pas encore six ans, grelottant sous de vieilles loques de toile trouées, balayer la rue avant le jour avec un énorme balai dans ses petites mains rouges et une larme dans ses grands yeux.

khi nó lên năm, thì nó đã thành ra một đứa ở trong nhà ấy rồi.

Lên năm mà làm con ở, ai mà tin được. Than ôi, vậy mà quả như thế. Thì ra cái đau đớn vì xã-hội sinh ra, không cứ tuổi nào cả. Mới đây, ta lại không nhớ cái án thằng *Dumolard* là đứa bồ-côi đi ăn cướp. Thằng ấy, theo như trong các lời khai chứng tá, thì lúc mới lên năm đã phải đi kiếm ăn lấy, đã phải đi ăn cắp rồi.

Con *Cosette* này thì chưa lên năm đã sai vặt, đã phải quét các phòng, quét sàn, quét đường, rửa bát, có lúc lại phải ôm vác đồ nặng đi nữa. Vả mẹ nó độ rầy chẳng hay túng bấn làm sao, tiền gửi lại chậm, đã hai ba tháng chưa có, thì vợ chồng nhà này lại càng hành-hạ lắm.

Giả sử cách cái thời-gian ba năm trời đó, mà người mẹ ấy có lại trở về qua *Montfermeil*, thì chắc rằng nhìn con cũng không nhận được ra con mình nữa. Con bé khi vào nhà ấy thì xinh thì tươi như thế, bày giờ còm cõi xanh xao. Đi đứng ngập-ngừng dút dát. Hai vợ chồng nó lại còn nhiếc thế là những cách ỡm ờ âm-hiểm.

Thì ra ức lắm hóa ra tính cầu-nhầu, khổ lắm hóa ra người thô xấu. Trong người con bé duy còn được có hai con mắt là đẹp, ai nhìn hai con mắt cũng phải thương, tự hồ mắt to thì to cả vẻ buồn,

Thật là một cảnh não lòng, mùa rét mà nom con bé chưa đầy sáu tuổi, khoác những giẻ rách, run lên cầm-cập, chửa sáng đã phải ra quét ngoài đường, cái chồi tướng cầm ở hai bàn tay đỏ, giọt lệ chàn trong cặp mắt to.

Dans le pays on l'appelait l'Alouette. Le peuple, qui aime les figures s'était plu à nommer de ce nom ce petit être pas p us gros qu'un oiseau, tremblant, effarouché et frissonnant, éveillé le premier chaque matin dans la maison et dans le village, toujours dans la rue ou dans les champs avant l'aube.

Seulement la pauvre Alouette ne chantait jamais.

FIN DU LIVRE QUATRIÈME

Xung quanh đấy họ cứ gọi nó là cái chim sơn-ca. Lê-dân họ hay dùng lối ngôn-ngữ tượng-hình, thấy con bé không lớn hơn con chim : run lẩy-bẩy, hơi một thí thì sợ, rét cắt ruột, mà trong nhà cùng cả xóm chưa ai thức giấc, nó đã giậy đã ra đường cái hoặc ra đồng rồi, cho nên đặt ngay tên nó là con « chim sơn-ca ».

Duy tội nghiệp con chim sơn-ca này thì không bao giờ thấy hót.

HẾT QUYỂN THỨ TƯ